INSIGHT PUBLICA®

INSIGHT PUBLICA®

Nadakkavu, Kozhikode, Kerala, 673011
Tel:0495 4020666
www.insightpublica.com
e-mail: insightpublica@gmail. com

Vanibham

(Malayalam Drama)

N Sasidharan

First Insight Edition: May 2019

Cover Design: KJ VJ

ISBN 978-93-89155-04-4

Printed and Published by

Insightinpublica Printers & Publishers Pvt. Ltd.

വാണിഭം

എൻ. ശശിധരൻ

1999 –ലെ കേരള സാഹിത്യ അക്കാദമി അവാർഡ് നേടിയ കൃതി

INSIGHT PUBLICA®

കണ്ണൂർ ജില്ലയിലെ കുറ്റ്യാട്ടൂരിൽ ജനനം. നാടകകൃത്തും സാഹിത്യ നിരൂപകനും. *ചരിത്രഗാഥ, കളി, ഉഷ്ണകാലം, വാണിഭം, കേളു, ഉടമ്പടിക്കോലം, അടുക്കള, രാവണൻ കോട്ട, ഹിംസാടനം, ഏകാന്തത, പച്ചപ്ലാവില* തുടങ്ങിയവ പ്രധാന നാടകങ്ങൾ. 'കഥ-കായംപോലെ', 'വാക്കിൽ പാകപ്പെടുത്തിയ ചരിത്രം' (പഠനങ്ങൾ), 'കുട്ടികളുടെ വീട്' (കുട്ടികളുടെ നാടകങ്ങൾ), 'മെതിയടി' (സ്മൃതി ചിത്രങ്ങൾ) എന്നീ കൃതികളും പ്രസിദ്ധീകരിച്ചിട്ടുണ്ട്. നാടകരചനയ്ക്ക് അബുദാബി ശക്തി അവാർഡ്, പ്രഥമ വാങ്മയ പുരസ്കാരം, കേരള സംഗീത നാടക അക്കാദമി അവാർഡ്, ചെറുകാട് അവാർഡ്, കേരള സാഹിത്യ അക്കാദമി അവാർഡ് തുടങ്ങിയ പുരസ്കാരങ്ങൾ. നെയ്ത്തുകാരൻ സിനിമയുടെ തിരക്കഥാകൃത്ത്.

ഭാര്യ : കെ.ബി. സുശീല.

മക്കൾ : സിതാര എസ്. സൂരജ് എസ്

വിലാസം : 'കൈലാസം' കാവുഭാഗം, തലശ്ശേരി 10

എൻ. ശശിധരൻ

നാടകങ്ങൾ

ഉഷ്ണകാലം

കഥാപാത്രങ്ങൾ

നിർമ്മല : 25 വയസ്സ്

പ്രതാപൻ : 31 വയസ്സ്

സുരേന്ദ്രൻ : 30 വയസ്സ്

കരുണേട്ടൻ : 65 വയസ്സ്

പാഷ : 40 വയസ്സ്

മനോജ് ഉണ്ണിത്താൻ : 35 വയസ്സ്

കൂടാതെ തെരുവിലെ കുറെ മനുഷ്യരും

അവതരണസമയം : ഒന്നരമണിക്കൂർ

ദൃശ്യം- ഒന്ന്

രാത്രി.

തെരുവോരത്തെ ഒരിടത്തരം കുടുംബത്തിന്റെ സ്വീക രണമുറി. അത്യാവശ്യസൂചനകളിലൂടെ അന്തരീക്ഷം സൃഷ്ടിക്കപ്പെട്ടിരിക്കുന്നു. തെരുവിലെ വാഹനശബ്ദങ്ങളും മനുഷ്യരുടെ ശബ്ദകോലാഹലങ്ങളും ദൃശ്യത്തിന്റെ പശ്ചാ ത്തലമായി ഉടനീളം തുടരുന്നുണ്ട്.

കർട്ടനുയരുമ്പോൾ അരങ്ങ് ശൂന്യമാണ്. ചീറ്റിയടിക്കുന്ന കാറ്റിന്റെ ഇരമ്പൽ പശ്ചാത്തലത്തിൽ... രംഗവേദിയേയും കാറ്റ് ക്രമേണ കീഴടക്കുന്നു. കൂടിക്കൂടി വരുന്ന കാറ്റിന്റെ ചൂളം വിളിക്കൊപ്പം, പുറത്ത്. തെരുവിലെ ഭയം കലർന്ന മനുഷ്യശബ്ദങ്ങൾ. ഉദ്വേഗമുണർത്തുന്ന ഈ അന്തരീ ക്ഷത്തിലേക്ക് നിർമ്മല അകത്തുനിന്നും ഓടി വരുന്നു. ഉഷ്ണക്കാറ്റിന്റെ അലർച്ചയിൽ നടുങ്ങിയും ചൂടിൽ തളർന്നും എന്തു ചെയ്യണമെന്നറിയാതെ അവൾ അങ്ങോട്ടുമിങ്ങോട്ടും ഓടുന്നു. വശങ്ങളിലെ ജാലകങ്ങൾ വലിച്ചടയ്ക്കുന്നു. എന്നിട്ടും രംഗവേദിയിൽ കാറ്റ് ചൂളം കുത്തുകയാണ്.

നിർമ്മല : ഈശ്വരാ.....!

മുന്നരങ്ങിലേക്ക് വന്ന് പുറത്തെ തെരുവിലേക്ക് നോക്കി നിൽക്കുന്നു. പ്രതാപൻ ഓടി വരുന്നു.

നിർമ്മല : (ആശ്വാസത്തോടെ) പ്രതാപേട്ടാ!

പ്രതാപൻ : (*തളർച്ചയോടെ*) നിർമ്മല ഇവിടെ തനിച്ചായിരുന്നോ? (*വെളിയിലേക്ക് നോക്കി*) എന്തൊരു കാറ്റ്!... എന്തൊരു ചൂട്!

നിർമ്മല : ഈ വൃശ്ചികമാസത്തിൽ ഇങ്ങനെയൊരു കാറ്റ് പതിവില്ലല്ലോ. ഇതെന്തൊരു ചൂട്! എനിക്ക് സഹിക്കാനാവുന്നില്ലല്ലോ!(*ഭയത്തോടെ പ്രതാപനെ ചേർന്നു നിൽക്കുന്നു*) എനിക്കു പേടിയാകുന്നു പ്രതാപേട്ടാ!

പ്രതാപൻ : (*നിർമ്മലയെ ചേർത്തുനിർത്തി ഭയത്തോടെ പുറത്തേക്ക് നോക്കുന്നു. പുറത്ത് കാറ്റിന്റെ അലർച്ച. മനുഷ്യരുടെ ആക്രന്ദനങ്ങൾ*) തെരുവിൽ ആർക്കും ഇരിക്കപ്പൊറുതിയില്ലാതായിരിക്കുകയാണ്. ഉഷ്ണക്കാറ്റിൽ വീടുകളും കെട്ടിടങ്ങളും മനുഷ്യരുമെല്ലാം കടപുഴകുകയാണ്. അയ്യോ... എന്തൊരുഷ്ണം!(*ഷർട്ടഴിച്ചു മാറ്റാൻ ശ്രമിക്കുന്നു*).

നിർമ്മല : അച്ഛനെ അവിടെയെങ്ങാനും കണ്ടോ പ്രതാപേട്ടാ? അല്പം മുമ്പ് ബീഡി വാങ്ങാനെന്നും പറഞ്ഞ് പുറത്തിറങ്ങിയതാ!... ദൈവമേ, ഈ ഉഷ്ണക്കാറ്റിൽ, അച്ഛൻ...!

പ്രതാപൻ : ങ്ഹേ, കരുണേട്ടൻ വന്നില്ലേ? ഞാൻ പോയി നോക്കാം. പക്ഷേ... തെരുവിലിറങ്ങുന്നത് ഇപ്പോൾ അപകടമാണ്. സുരേന്ദ്രൻ വരാറായില്ലേ?

നിർമ്മല : ഏട്ടനിന്ന് ഒന്നരയുടെ ഷിഫ്റ്റാണ്. ഷിഫ്റ്റ് കഴിഞ്ഞ് യൂനിയനാപ്പീസിലുണ്ടാവും ഇപ്പൊ... പക്ഷേ, അച്ഛൻ!.... ഒന്ന് പോയി നോക്ക് പ്രതാപേട്ടാ!

'മോളേ നിർമ്മലേ' എന്ന് വിളിച്ചുകൊണ്ട് കരുണേട്ടൻ ഓടിക്കിതച്ചുവരുന്നു. ഉഷ്ണത്തിന്റെ ആക്രമണത്തിൽ പരവശനാണയാൾ. പരുക്കൻ ഖദർ തുണികൊണ്ടുള്ള ജുബ്ബയും മുണ്ടും വേഷം.

കരുണേട്ടൻ : ങ്ഹാ, പ്രതാപനിവിടെ ഉണ്ടായിരുന്നോ? നന്നായി. വാസൂട്ടിന്റെ കടേന്ന് ബീഡീം വാങ്ങി ഞാനിങ്ങോട്ട് തിരിഞ്ഞതേയുള്ളൂ. ശൂലം കൊണ്ട് ആരോ പിടലിക്ക് കുത്തിയ പോലെയാ തോന്നിയത്! എന്തൊരു മുഴക്കമാ കാറ്റിന്! ഒന്ന് പിന്നിൽ നിന്നും ഒന്ന് മുന്നിൽ നിന്നും! തീക്കൊള്ളികൊണ്ട് കുത്തും പോലുള്ള ചൂടും. അഞ്ച് മിനുട്ട് അനങ്ങാൻ കഴിയാതെ അവിടെത്തന്നെ ഇരുന്നുപോയി.

എന്താ പ്രതാപാ. ഇതിന്റെയൊക്കെ അർത്ഥം? വൃശ്ചികമാസത്തിലെ രാത്രി, ഇങ്ങനെയുണ്ടോ ഒരു ചൂട്! ഹോ! (*ജുബ്ബ വലിച്ചു മാറ്റുന്നു.*)

പ്രതാപൻ : ഇന്ന് അല്പം നേരത്തേ കടപൂട്ടി. വഴിക്കുവച്ചാ ഞാനും കുടുങ്ങിയത്. നടുറോഡിൽ വീണ് കിടന്ന് എല്ലാം അവസാനിക്കുമെന്നാ തോന്നിയത്. എങ്ങനെ ഇവിടെ എത്തി എന്ന് എനിക്കുതന്നെ അറിയില്ല.

നിർമ്മല : ഈശ്വരാ!

കരുണേട്ടൻ : കാലം ചീത്തയാണ്. ഇതിന് മുമ്പ് കാണുകയും കേൾക്കുകയും ചെയ്യാത്തതാണ് സംഭവിക്കുന്നതെല്ലാം. (*പുറത്തേക്ക് നോക്കി*) കാറ്റിന്റെ ശക്തി അല്പമൊന്ന് കുറഞ്ഞിട്ടുണ്ട്. അല്ലേ?

പ്രതാപൻ : ശരിയാ... പക്ഷേ ഈ ചൂട് ഒട്ടും കുറഞ്ഞിട്ടില്ലല്ലോ

നിർമ്മല : ശ്ശോ, എനിക്ക് താങ്ങാൻ കഴിയുന്നില്ല. ഞാനൊരല്പം വെള്ളം മേലൊഴിക്കട്ടെ. ദാ, ഏട്ടൻ വന്നല്ലോ! (*അകത്തേക്ക് പോകുന്നു*)

സുരേന്ദ്രൻ കടന്നു വരുന്നു. ജോലി കഴിഞ്ഞ് മടങ്ങുന്ന ഫാക്ടറിതൊഴിലാളിയുടെ വേഷം. നന്നേ പരവശനാണ് അയാളും. എങ്കിലും ബോധപൂർവ്വമായ ഒരു നിയന്ത്രണം പാലിക്കുന്നുണ്ട്.

പ്രതാപൻ : സുരേന്ദ്രൻ എവിടെയായിരുന്നു, കാറ്റു വീശുമ്പോൾ? വിഷമിച്ചോ?

സുരേന്ദ്രൻ : ഹേയ്, ഞാൻ യൂനിയനാപ്പീസിനകത്തായിരുന്നു. അടിയന്തിരമായി തയ്യാറാക്കേണ്ട ഒരു കരടുരേഖയുടെ ചർച്ച. അതിനിടയിൽ കാറ്റ് വന്നതും പോയതുമൊന്നും ഞാനറിഞ്ഞില്ല. തെരുവിലിറങ്ങിയപ്പൊഴാ കാര്യത്തിന്റെ ഗൗരവം മനസ്സിലായത്.

കരുണേട്ടൻ : പാക്കനാർ ടാക്കീസിന്റെ തെക്കുള്ള ഹരിജൻ കോളനിയിൽ ആരും ബാക്കിയുണ്ടാവില്ല. കുടിലുകളും മനുഷ്യരും അടിയോടെ പൊങ്ങിപ്പറക്കുന്ന കാഴ്ച! ഹോ!...

പ്രതാപൻ : (*വെളിയിലേക്ക് നോക്കി*) കാറ്റിപ്പോൾ പൂർണ്ണമായും

ശമിച്ചിരിക്കുന്നു. പക്ഷേ ചൂട് ഒട്ടും വിട്ടുമാറുന്നില്ലല്ലോ.

കരുണേട്ടൻ : (*എന്തോ ഓർത്ത്, നിമിഷങ്ങൾക്കു ശേഷം*) ഈ ചൂട് ഇനി വിട്ടുപോവില്ലെന്നുണ്ടോ...? എങ്കിൽ... എന്റെ ദൈവമേ!

സുരേന്ദ്രൻ : ഇത്തരം സംഭവങ്ങൾ ചരിത്രത്തിൽ പലപ്പോഴും ഉണ്ടായിട്ടുണ്ട്. മാറ്റമില്ലാത്ത ഒരു വിനയായി അതിനെ കാണുന്നത് യുക്തിപൂർവ്വമല്ല.

കരുണേട്ടൻ : (*മൗനം*)... സുരേന്ദ്രാ, കുറേ ദിവസമായി നിന്നോട് പറയണമെന്ന് വിചാരിക്കുന്നു. ഇപ്പൊ പ്രതാപനും ഉണ്ടല്ലോ. നിർമ്മലയുടെയും പ്രതാപന്റെയും കാര്യം...., വേഗം നടത്തണം. ഇനിയത് നീട്ടി വയ്ക്കേണ്ട!

പ്രതാപൻ പുഞ്ചിരിയോടെ അകത്തേക്ക് നോക്കുന്നു.

സുരേന്ദ്രൻ : അതിനിപ്പൊ എന്താ ഒരു തടസ്സം? ഒരു ജോലികിട്ടിയിട്ട് മതി കല്യാണമെന്ന് പ്രതാപൻ തന്നെയല്ലേ ഇതുവരെ പറഞ്ഞത്? ഇപ്പോൾ ജോലിയായി. ഇനി കല്യാണമങ്ങ് നടത്തണം. അച്ഛനതോർത്ത് മനസ്സ് പുണ്ണാക്കണ്ട.

കരുണേട്ടൻ : ഈ ഉഷ്ണക്കാറ്റ് എന്തിന്റെയൊക്കെയോ നാന്ദിയാണെന്ന് എനിക്ക് തോന്നിപ്പോകുന്നു. നോക്കൂ, കാറ്റ് ഇട്ടേച്ചു പോയ ഉഷ്ണം ഒട്ടും ശമിച്ചിട്ടില്ല. (*കരുണേട്ടന്റെ വാക്കുകൾക്ക് ക്രമേണ ഒരു ദുരന്തച്ഛായ കൈവരുന്നു*) ഈ ചൂടിൽ.. വരണ്ട കാറ്റിൽ... ഹോ!... നന്മയുടെ പച്ചപ്പുകളെല്ലാം വരട്ടിയെടുക്കുന്ന ഊഷരമായ ഈ കാലം!... മനുഷ്യൻ വറവുചട്ടിയിലെന്ന പോലെ പൊരിഞ്ഞ്.... പിടഞ്ഞ്... വയ്യ!... ഈ ചൂട്.... ചൂട്! (*തളർന്നിരിക്കുന്നു*)

പ്രതാപൻ : കരുണേട്ടാ!

സുരേന്ദ്രൻ : അച്ഛാ! (*കരുണേട്ടനെ താങ്ങിയിരുത്തുന്നു*)

വെളിച്ചം പൊലിയുന്നു.

ദൃശ്യം രണ്ട്

തെരുവിന്റെ ഒരു ദൃശ്യം

ഉഷ്ണത്തിന്റെ പിടിയിലകപ്പെട്ട മനുഷ്യർ തലങ്ങും വിലങ്ങും കുട ചൂടി നടക്കുന്നു. ഉഷ്ണത്തിന്റെ ഭീകരതയെപ്പറ്റിയുള്ള പരാമർശങ്ങൾ. കുശലാന്വേഷണങ്ങൾക്കായി കുടക്കീഴിൽ ഒത്തു ചേർന്നു നിൽക്കുന്ന ചിലർ. അവർക്കിടയിലൂടെ നടന്നു നീങ്ങുന്ന പത്രവില്പനക്കാരൻ. പത്രത്തിലെ പ്രധാനവാർത്തകൾ വിളിച്ചു പറഞ്ഞ് വില്പന നടത്തുകയാണയാൾ.

പത്രവില്പനക്കാരൻ.

'ഉഷ്ണത്തെ നേരിടാൻ ഗവൺമെന്റ് പ്രതിജ്ഞാബദ്ധം' പ്രധാനമന്ത്രി.

'ഊഹാപോഹങ്ങളിൽ വിശ്വസിക്കാതെ ജനങ്ങൾ സമചിത്തത പാലിക്കണം. ഉഷ്ണം ഒരു താല്ക്കാലിക പ്രതിഭാസം മാത്രം' രാഷ്ട്രപതി

'ഉഷ്ണം ബഹുരാഷ്ട്രകുത്തകകളുടെ സൃഷ്ടി' പ്രതിപക്ഷ നേതാവ്.

പേപ്പർ ജന്മദേശം, പേപ്പർ ജന്മദേശം, പേപ്പർ... പേപ്പർ...

ആൾക്കൂട്ടത്തിനിടയിലൂടെ പാഷയും പ്രതാപനും നടന്നു വരുന്നു. പാഷ സിൽക്ക് ജുബ്ബയും പൈജാമയും

ധരിച്ചിരിക്കുന്നു. കുടവയർ. പാശ്ചാത്യമാതൃകയിലുള്ള ഒരു വലിയ വട്ടത്തൊപ്പി. സൈക്ലോരമയോട് ചേർന്ന സ്ഥല ത്തെത്തി ഇരുവരും നിൽക്കുന്നു.

പാഷ : (*പ്രതാപനോട്, ആജ്ഞാസ്വരത്തിൽ*) തുറക്ക്!

പ്രതാപൻ പിന്നരങ്ങിലെ കർട്ടൻ വലിച്ചുമാറ്റുന്നു. "ജഗദ്ഗുരു ഇലക്ട്രോ ണിക്സ്'' എന്ന പാഷയുടെ കടയാണത്. ഭീമാകാരമാർന്ന ഒരു കൂറ്റൻ യന്ത്രമാണ് ആദ്യം കാഴ്ചയിൽ തെളിയുക. ഒരു കമ്പ്യൂട്ടറുമായി കൂട്ടിയിണക്കപ്പെട്ടു. വലിയൊരു ഷെൽഫിന്റെ ആകൃതിയിലുള്ള യന്ത്ര സംവിധാനമാണത്. പാഷ നാടകീയമായി കടയിലേക്ക് പ്രവേശിക്കുന്നു. പിന്നാലെ പ്രതാപനും. അയാൾ ഭയഭക്തിബഹുമാന ങ്ങളോടെ യന്ത്രത്തെ തൊട്ടു തലയിൽ വയ്ക്കുന്നു. പാഷ ഇരുകൈകളുമുയർത്തി ആൾക്കൂട്ടത്തിന്റെ ശ്രദ്ധ ആകർഷി ക്കുന്നു. ജനങ്ങൾ കൗതുകപൂർവ്വം യന്ത്രത്തിന് ചുറ്റും കൂടുന്നു.

പാഷ : (*തെരുവുകച്ചവടക്കാരന്റെ ഭാവഹാവാദികളോടെ*) സുഹൃത്തു ക്കളെ, പ്രിയപ്പെട്ട സുഹൃത്തുക്കളെ, ഇനി മേലിൽ ഉഷ്ണത്തെ ആരും ഭയപ്പെടേണ്ടതില്ല. അത്യാധുനിക സാങ്കേതിക വിദ്യയുടെ സഹായത്തോടെ, ഉഷ്ണത്തെ പൂർണ്ണമായും അതിജീവിക്കുവാനുള്ള സംവിധാനം, ഈ നഗരത്തിൽ ആദ്യമായി 'ജഗദ്ഗുരു ഇലക്ട്രോണിക്കൽസ്'' നിങ്ങൾക്ക് കാഴ്ച വയ്ക്കുന്നു. മനുഷ്യശരീരത്തിലെ സൂക്ഷമവും സങ്കീർ ണ്ണവുമായ ജൈവവ്യാപാരങ്ങൾ പ്രത്യേകം പ്രത്യേകം തിരിച്ചറിഞ്ഞ് ഓരോരുത്തർക്കും അനുയോജ്യമായ ഉഷ്ണപ്രതിരോധികൾ ഞങ്ങളിതാ സംഭാവന ചെയ്യുന്നു! ജപ്പാനിലെയും സ്വിറ്റ്സർലണ്ടിലെയും കമ്പ്യൂട്ടർ റിസർച്ച് സെന്ററുകളിൽ, ആയിരക്കണക്കിന് സാങ്കേതിക വിദഗ്ദ്ധർ, നെടുനാളത്തെ അദ്ധ്വാനത്തിന്റെ ഫലമായി രൂപകല്പന ചെയ്തതാണ്. അത്ഭുതകരമായ ഈ യന്ത്രം.

കേൾവിക്കാരിൽ

ഒരാൾ : (*നിർദ്ദോഷമായി*) യന്ത്രം എങ്ങനെയാ ഉഷ്ണം മാറ്റ്വാ?

പാഷ : (*ആവേശത്തോടെ*) പറയാം. പറയാം! ഉദ്ഘാടനമെന്ന നിലയിൽ ആദ്യത്തെ ചടങ്ങ് ഞാൻ തന്നെ നിർവ്വഹിക്കാം.

(*തൊപ്പി അഴിച്ചു വയ്ക്കുന്നു*) ഉഷ്ണശമനി ആവശ്യമുള്ള ആളുടെ പേര് ആദ്യമായി ഈ കമ്പ്യൂട്ടറിൽ രേഖപ്പെടുത്തണം. ഇതാ, ഇങ്ങനെ, (*ടൈപ്പ് ചെയ്ത് കാണിക്കുന്നു*) പി.എ.എസ്സ്.എച്ച്.എ. പാഷ്. പാഷ പി. എൻ., ജനനത്തീയ്യതി: 2.8.1952, വയസ്സ് :45, നക്ഷത്രം: തൃക്കേട്ട, ബ്ലഡ് ഗ്രൂപ്പ് : ബി പോസിറ്റീവ് ഇത്രയും വിവരങ്ങൾ ഫീഡ് ചെയ്ത് കൊടുക്കുന്നതോടെ കമ്പ്യൂട്ടറിന് നിങ്ങളെക്കുറിച്ച് വേണ്ടത്ര ധാരണയായി. ഉഷ്ണത്തെ നേരിടുന്നതിന് നിങ്ങൾക്ക് എത്ര പൊട്ടൻസിയുള്ള ഉഷ്ണശമനിയാണ് വേണ്ടതെന്ന് ഇതിനകം കമ്പ്യൂട്ടർ നിശ്ചയിച്ചുകഴിഞ്ഞു. ഈ ഡാറ്റ ഇപ്പോൾ കമ്പ്യൂട്ടർ, യന്ത്രത്തിന് (*തൊട്ടുകാണിക്കുന്നു*) കൈമാറിയിരിക്കും. യന്ത്രത്തിനകത്ത്, നടക്കുന്ന പ്രവർത്തനങ്ങൾ അത്യധികം സങ്കീർണ്ണമാണ്. സുഹൃത്തുക്കളേ! ഇതാ, യന്ത്രം പ്രവർത്തന സജ്ജമാകുന്നതോടെ ഒരു സൈറൺ മുഴങ്ങും. (*അലർച്ചപോലെ സൈറൺ ഉയർന്ന് കേൾക്കുന്നു*) ഇപ്പോൾ, ഇതാ, ഈ സ്വിച്ച് ബോർഡിലെ കീ അമർത്തണം. (*അമർത്തുന്നു.* അരമിനിട്ടുനേരം നീണ്ടു നിൽക്കുന്ന യന്ത്രത്തിന്റെ പൈശാചികമായ മുരൾച്ച യന്ത്രം പ്രവർത്തിച്ചുകൊണ്ടിരിക്കുമ്പോൾ വിവിധവർണ്ണങ്ങളിലുള്ള ബൾബുകൾ കെടുകയും കത്തുകയും ചെയ്തു കൊണ്ടിരിക്കുന്നു. യന്ത്രത്തിന്റെ പ്രവർത്തനം നിലയ്ക്കുന്നു) ഇപ്പോൾ, നിങ്ങളുടെ ശരീരത്തിന്റെ സവിശേഷതകൾക്ക് അനുയോജ്യമായ ഉഷ്ണശമനി, ഇതാ ഇവിടെ എത്തിക്കഴിഞ്ഞ (യന്ത്രത്തിന്റെ വശത്തുള്ള ദ്വാരം തൊട്ടുകാണിക്കുന്നു) പി.എൻ. പാഷ എന്ന എനിയ്ക്ക് വേണ്ടി പ്രത്യേകം തയ്യാർ ചെയ്യപ്പെട്ട ഉഷ്ണശമനി. ഇതാ; നോക്കൂ! (ഒരു തൊപ്പി പുറത്തേക്ക് എടുക്കുന്നു)

ജനങ്ങൾ : (*അത്ഭുതത്തോടെ, നിരാശയോടെ*) ങ് ഹേ! തൊപ്പിയോ!

പാഷ : അതേ, സഹോദരന്മാരേ, കാഴ്ചയിൽ ഇതൊരു സാധാരണ തൊപ്പിയാണ്. പക്ഷേ, ഈ തൊപ്പിയുടെ അദ്ഭുതകരമായ പ്രവർത്തനം നിങ്ങളെ ബോധ്യപ്പെടുത്താൻ എനിക്ക് കഴിയുമെന്ന് തന്നെയാണ് എന്റെ വിശ്വാസം.(തൊപ്പി തലയിൽ ധരിക്കുന്നു) ഇതാ, ഞാനീ തൊപ്പി ധരിച്ചിട്ട്

കേവലം സെക്കന്റുകൾ മാത്രമെ ആയുള്ളൂ. പക്ഷേ(*നിർത്തി, ആൾക്കൂട്ടത്തെ ഒന്നടങ്കം മായാജാലക്കാരനെപ്പോലെ വീക്ഷിച്ച്*) ഒരു സഹോദരൻ വന്ന് എന്റെ നെഞ്ചത്ത് ഒന്ന് കൈവച്ചു നോക്കൂ! (ഒരാൾ മുന്നോട്ടുവന്ന് പാഷയുടെ നെഞ്ചിൽ കൈ വയ്ക്കുന്നു. ചകിതനായി പിൻവലിക്കുന്നു) എന്ത് സംഭവിച്ചു എന്ന് പറഞ്ഞുകൊടുക്കൂ, സഹോദരാ.!

അയാൾ : (*മറ്റുള്ളവരോടായി അദ്ഭുതത്തോടെ*) ഐസില് തൊട്ടം പോലെ!

പാഷ: ഇതാ സ്വയം പരീക്ഷിച്ചറിഞ്ഞുകൊള്ളൂ.

ഓരോരുത്തരായി തൊട്ടുനോക്കുന്നു. അദ്ഭുതവും ആദരവും കലർന്ന ഭാവത്തിൽ പാഷയെ ഉറ്റുനോക്കുന്നു.

പാഷ : ഉഷ്ണം എന്നെന്നേക്കുമായി എന്നെ വിട്ടകന്നിരിക്കുന്നു. ഒരു റഫ്രിജറേറ്ററിനകത്തിരിക്കുന്നതുപോലുള്ള തണുപ്പാണ് സുഹൃത്തുക്കളെ ഞാനിപ്പാൾ അനുഭവിച്ചുകൊണ്ടിരിക്കുന്നത്.

ഒരാൾ : തലേന്ന് തൊപ്പിമാറ്റിയാലോ?

പാഷ നാടകീയമായി ഞെട്ടലഭിനയിക്കുന്നു.

പാഷ : (*കയ്യുയർത്തി*) പാടില്ല. ഒരിക്കലും പാടില്ല. നിങ്ങൾ ഉണ്ണുമ്പോഴും ഉറങ്ങുമ്പോഴും, സർവ്വസമയവും, തൊപ്പി നിങ്ങളുടെ തലയിൽത്തന്നെ ഇരിക്കണം.

മറ്റൊരാൾ : അപ്പോൾ, ഈ ഉഷ്ണകാലം അവസാനിച്ചാലോ?

പാഷ ചോദ്യകർത്താവിനെ തുറിച്ചു നോക്കുന്നു. പെട്ടെന്ന് പൊട്ടിച്ചിരിക്കുന്നു.

പാഷ : വിഡ്ഢിത്തം പുലമ്പാതിരിക്കൂ! ഈ ഉഷ്ണത്തിൽ നിന്ന് ഇനി എനിക്കും നിങ്ങൾക്കും മോചനമില്ല. മോചനം വേണമെങ്കിൽ; ഓരേയൊരു മാർഗ്ഗം, ഈ തൊപ്പി മാത്രം.

ജനങ്ങൾ പരസ്പരം ചർച്ചചെയ്യുന്നു. തൊപ്പിയിലുള്ള അവരുടെ വിശ്വാസം ഇതിനകം വർദ്ധിച്ചിരിക്കുന്നു. 'എനിക്ക് വേണം', 'എനിക്കും വേണം', 'എനിക്ക് ഏതായാലും വേണം' എന്നിങ്ങനെ പിറുപിറുത്തുകൊണ്ട് അവർ യന്ത്രത്തിന് ചുറ്റും തിക്കിത്തിരക്കുന്നു.

പാഷ : (*ഗൗരവത്തിൽ*) ക്യൂ പാലിക്കുക.

ജനങ്ങൾ ഉന്തിയും തള്ളിയും ക്യൂവിൽ നിൽക്കുന്നു.

പാഷ : നിർഭാഗ്യവശാൽ, ഉഷ്ണശമനിയുടെ വില അല്പം കൂടുതലാണ്. ഇപ്പോൾ ക്യൂവിൽ നിൽക്കുന്ന ആർക്കും റൊക്കം വിലതന്ന് ഉഷ്ണശമനി സ്വന്തമാക്കാൻ കഴിയില്ലെന്ന് ഞാൻ ഭയപ്പെടുന്നു.

ഒരാൾ : എനിക്ക് വേണം. എന്റെ കയ്യിൽ കാശുണ്ട്.

പാഷ : എത്ര കാശ് കാണും?

ഒരാൾ : അയ്യായിരം റൊക്കം കയ്യിലുണ്ട്.

പാഷ : (*ചെറുചിരിയോടെ*) ഞാൻ ദുഃഖിക്കുന്നു, സഹോദരാ! ഉഷ്ണശമനിയുടെ വില 1000 ഡോളറാണ്. അതായത് 36,000 രൂപയുടെ ഇന്ത്യൻ കറൻസി.

ജനങ്ങൾ ഒന്നടങ്കം ഞെട്ടുന്നു. അവർ കൂട്ടം ചേർന്ന് ചർച്ച ചെയ്യുന്നു.

പാഷ : ഇതിലിത്ര കുശുകുശാക്കാനെന്തിരിക്കുന്നു? ഇരുപതിനായിരത്തിലേറെ രൂപ കൊടുത്ത് ഒരു ടി വി വാങ്ങിക്കാമെങ്കിൽ, ജീവിതകാലം മുഴുവൻ സുരക്ഷ നൽകുന്ന ഒരു ഉഷ്ണശമനിക്ക് 36000 കുറഞ്ഞ വിലയല്ലേ?

മറ്റൊരാൾ : ജീവിതകാലം മുഴുവനുമോ? അപ്പോൾ, ഈ ഉഷ്ണം?

പാഷ : (*ദേഷ്യത്തോടെ*) പറഞ്ഞാൽ വിശ്വസിക്കില്ല, അല്ലേ? (ഓരോരുത്തരുടെയും നേരെ വിരൽ ചൂണ്ടി) ഓർമ്മിക്കുക, ഉഷ്ണം നിതാന്തമായ ഒരു പ്രതിഭാസമാണ്! ഉഷ്ണത്തിൽ നിന്നുള്ള മോചനം ഇതാ ഈ തൊപ്പിയിലൂടെ മാത്രം.

ജനങ്ങൾക്ക് ബോധ്യപ്പെട്ട മട്ടുണ്ട്. ചർച്ചകൾ അവസാനിപ്പിച്ച് കീഴടങ്ങിയ ഭാവത്തിലാണവരിപ്പോൾ.

ഒരാൾ : ഞങ്ങൾ ഇന്ന് ബുക്ക് ചെയ്ത് തിരിച്ചുപോകാം. ഏറ്റവുമടുത്ത ദിവസം പണവുമായി വന്ന് വാങ്ങിക്കൊള്ളാം.

പാഷ : ശരി. പക്ഷേ, ഒരു കാര്യം. ആദ്യറൗണ്ടിൽ വളരെക്കുറച്ച് ഉഷ്ണശമനികളേ വിതരണത്തിനെത്തിയിട്ടുള്ളൂ. അതുകൊണ്ട് എത്രയും പെട്ടെന്ന് വാങ്ങുന്നവർ ഭാഗ്യവാൻമാർ.

പ്രതാപൻ : എനിക്കും വേണം സാർ, ഒരുഷ്ണശമനി.

പാഷ : നമ്മുടെ കടയിലെ സെയിൽസ്മാൻ എന്ന നിലയിൽ പ്രതാപന് ഉഷ്ണശമനി ആവശ്യമാണ്. പക്ഷേ 36,000 രൂപ വിലയുള്ള ഒരുഷ്ണശമനി, എങ്ങനെയാണ് ഒരു സെയിൽസ്മാന് വെറുതെ കൊടുക്കുക? (ആലോചിക്കുന്നു) ഒരു കാര്യം ചെയ്യുക. ഉഷ്ണശമനി ഇപ്പോൾ എടുക്കുക. ഒരു പ്രത്യേക സൗജന്യമെന്ന നിലയിൽ പ്രതാപന്റെ ശമ്പളത്തിൽ നിന്നും 360 രൂപ വീതം 100 മാസങ്ങളായി ഞാൻ തുക പിടിച്ചു കൊള്ളാം. എനിക്ക് നഷ്ടം വരുന്ന കാര്യമാണ്. പക്ഷേ, എന്തു ചെയ്യാം. എന്റെ കടയിലെ സെയിൽസ്മാന് ഉഷ്ണശമനി ഇല്ലാതെ പറ്റില്ലല്ലോ. എന്താ സമ്മതമാണോ?

പ്രതാപൻ : (*പരുങ്ങുന്നു*) സമ്മതമാണ്. പക്ഷേ.

പാഷ : (*ചിരിക്കുന്നു*) പക്ഷേ, ശമ്പളത്തിൽ നിന്ന് മാസംപ്രതി 360 രൂപ പോയാൽ ബാക്കി 240 അല്ലേ കാണൂ എന്നല്ലേ ആലോചിക്കുന്നത്.

പ്രതാപൻ : (*ശബ്ദം താഴ്ത്തി*) അതെ സാർ.

പാഷ : ഉഷ്ണത്തെ ഒഴിവാക്കിയാൽ പിന്നെ എന്തിനാടാ പണം? ങ്ഹാ, ഇങ്ങോട്ടു നീങ്ങി നിൽക്ക്! (കമ്പ്യൂട്ടറിന് സമീപത്തേക്ക് നീങ്ങുന്നു) പേര്? ഇനീഷ്യൽ?

പ്രതാപൻ : പ്രതാപൻ കെ.

പാഷ : (*കമ്പ്യൂട്ടറിൽ ഫീഡ് ചെയ്തുകൊണ്ട്*) ജനനത്തീയ്യതി?

പ്രതാപൻ : 27.3. 1963

പാഷ : വയസ്സ്?

പ്രതാപൻ : മുപ്പത്തിമൂന്ന്

പാഷ : ജന്മനക്ഷത്രം?

പ്രതാപൻ : അനിഴം

പാഷ : ബ്ലഡ് ഗ്രൂപ്പ്?

പ്രതാപൻ : എ നെഗറ്റീവ്.

സൈറൺ മുഴങ്ങുന്നു. സ്വിച്ച് ബോർഡിലെ കീ അമർത്തുമ്പോൾ യന്ത്രത്തിന്റെ പൈശാചികാരവം. വർണ്ണബൾബുകൾ കൺമിഴിക്കുന്നു. യന്ത്രത്തിന്റെ പ്രവർത്തനം അവസാനിക്കുന്നു.

പാഷ : ഉഷ്ണശമനി പുറത്തേക്ക് എടുത്തുകൊള്ളൂ.

പ്രതാപൻ ഭക്ത്യാദരപൂർവ്വം തൊപ്പി പുറത്തേക്ക് എടുക്കുന്നു. കണ്ണടച്ച് ഒരു നിമിഷം ധ്യാനിക്കുന്നു. ആകെ നിർവൃതിയിൽ ലയിക്കുന്നു. തൊപ്പി ധരിച്ച് ആൾക്കൂട്ടത്തിലേക്ക് ചാടുന്നു. ജനങ്ങൾ അയാളെ പൊതിയുന്നു. തൊട്ടുനോക്കുന്നു. തണുപ്പ് ബോധ്യപ്പെട്ട് ആശ്ചര്യം കൂറുന്നു. ആൾക്കൂട്ടത്തിനിടയിലൂടെ ഒരു ജേതാവിനെപ്പോലെ അയാൾ ആനയിക്കപ്പെടുന്നു. പെട്ടെന്ന് ചുറ്റും കൂടിയ തൊപ്പിയില്ലാത്ത ജനക്കൂട്ടത്തിൽ നിന്ന് തന്റെ വ്യത്യസ്തത ബോധ്യപ്പെട്ട് അയാൾ പിന്നരങ്ങിലെ ഉയർന്ന പ്രതലത്തിലേക്ക് ചാടുന്നു. ജനങ്ങൾ ആശയോടെ ആദരവോടെ അയാളെ നോക്കിനിൽക്കുന്നു.

പ്രതാപൻ : (*ആത്മവിശ്വാസത്തോടെ*) ഉഷ്ണത്തിൽ നിന്നുള്ള മോചനം ഇതാ, ഈ തൊപ്പിയിലൂടെ മാത്രം.

പാഷ കണ്ണിറുക്കി ചിരിക്കുന്നു.

വെളിച്ചം പൊലിയുന്നു.

ദൃശ്യം മൂന്ന്

കരുണേട്ടന്റെ വീട്.

ഒരു ഒറ്റത്തോർത്ത് മുണ്ട് മാത്രമുടുത്ത് വിശറിയുമായി കരുണേട്ടൻ നടക്കുകയാണ്. അയാൾ ആകപ്പാടെ വിയർത്ത് ഒഴുകുന്നുണ്ട്. വിശറി അലക്ഷ്യമായി വീശുന്നുണ്ടെങ്കിലും അതിൽ അയാൾക്ക് വിശ്വാസമില്ല എന്നു തോന്നും. രംഗവേദിയിലെ വെളിച്ചം മങ്ങി കരുണേട്ടനിൽ മാത്രം കേന്ദ്രീകരിക്കപ്പെടുന്നു. അയാൾ ശൂന്യതയിലേക്ക് നോക്കി നില്പാണ്. പശ്ചാത്തലത്തിൽ, പതിഞ്ഞ ശബ്ദത്തിൽ കരുണേട്ടന്റെ തന്നെ സ്വരം.

"ഭൂമി വരണ്ടുണങ്ങിയിരിക്കുന്നു. പുഴകളും തോടുകളും തടാകങ്ങളും വറ്റി വരണ്ടിയിരിക്കുന്നു. ഇച്ഛയുടെയും കർമ്മത്തിന്റെയും നിതാന്തമായ ആസക്തികളും ഒടുങ്ങി. പെയ്യാൻ ഒരു മേഘമോ, വിതയ്ക്കാൻ ഒരു വിത്തോ ഇല്ലാതെ ആകാശവും ഭൂമിയും ഊഷരമായി. ഇല്ല, ഭൂമിയെ സ്നേഹം കൊണ്ട് നനയ്ക്കുന്ന ഒരു കുളിർമഴയ്ക്ക്, ഈ ജന്മം എനിക്ക് സാക്ഷിയാവാൻ കഴിയില്ല."

വെളിച്ചം തെളിയുമ്പോൾ കരുണേട്ടന്റെ മുന്നിൽ നിൽക്കുന്നു. നിർമ്മല, അവളും ഏറെ പരിക്ഷീണയാണ്. പാറിപ്പറക്കുന്ന തലമുടി. വരണ്ടുണങ്ങിയ ശരീരം. കരുണേട്ടൻ സഹതാപത്തോടെ മകളെ നോക്കുന്നു.

കരുണേട്ടൻ : എന്റെ മോൾക്ക് ഈ ഉഷ്ണം താങ്ങാനാവുന്നില്ല, അല്ലേ?

നിർമ്മല : ഇല്ലച്ഛാ, അച്ഛന്റെ കാര്യം ആലോചിക്കുമ്പോഴാ എനിക്ക് വിഷമം!

കരുണേട്ടൻ : എനിക്ക് വിഷമമൊന്നുമില്ല. മോളേ! മൂന്നാം വയസ്സിൽ നിന്റെ അമ്മ മരിക്കുമ്പോൾ എനിക്ക് ജീവിതം നഷ്ടമായി എന്ന് തോന്നിയിരുന്നു. പിന്നെപ്പിന്നെ. നിനക്ക് വേണ്ടി, പ്രതാപന് വേണ്ടി, ഞാൻ അർത്ഥങ്ങൾ കണ്ടെത്തുകയായിരുന്നു. ഇന്നിപ്പോൾ എല്ലാം വീണ്ടും നഷ്ടപ്പെടുകയാണോ എന്ന് ഭയം.. അതാണ് എന്നെ തകർത്തു കളയുന്നത്.

നിർമ്മല : എല്ലാറ്റിനും ഓരോ വഴിയുണ്ടാവാതിരിക്കില്ല... പ്രതാപേട്ടൻ പാഷയുടെ കടയിലല്ലേ ജോലി ചെയ്യുന്നത്? അദ്ദേഹം വിചാരിച്ചാൽ എനിക്കും ചേട്ടനും അച്ഛനും ഓരോ ഉഷ്ണശമനി തരപ്പെടുത്താൻ വിഷമം കാണില്ല. ഒരു നിവൃത്തിയുമില്ലെങ്കിൽ നമുക്കീ വീടും പറമ്പും വിൽക്കാം. ഗ്രാമത്തിലെ അമ്മയുടെ പുരയിടത്തിൽ ഒരു ചെറിയ വീട് വച്ച്.

കരുണേട്ടൻ : (*ആലോചിക്കുന്നു*) ഉഷ്ണശമനി!... അതു നമുക്ക് വേണ്ട!.... വേണ്ട മോളെ! ഉഷ്ണശമനി മറ്റൊരു മഹാമാരിയാണ്!

നിർമ്മല : നമ്മള് മാത്രം വേണ്ടാന്ന് വെച്ചിട്ട് എന്താ കാര്യം? തെരുവ് തെണ്ടികളുടെ തലയിൽ പോലും ഇപ്പോൾ ഉഷ്ണശമനിയുണ്ട്. ടി.വിയിലും റേഡിയോവിലും പത്രങ്ങളിലുമെല്ലാം അതേയുള്ളൂ. കഷ്ടപ്പെട്ടിട്ടായാലും ഒരിക്കലൊരു ഉഷ്ണശമനി വാങ്ങിയാൽ, പിന്നെ ജീവിതകാലം മുഴുവൻ രക്ഷയായില്ലേ?

കരുണേട്ടൻ : ജീവിതകാലം മുഴുവനും! (*നിസ്സാഹായനായി ശബ്ദമുയർത്തുന്നു*) എല്ലാവർക്കും ഇതേ പറയാനുള്ളൂ! (*ദേഷ്യത്തോടെ*) ജീവിതകാലം മുഴുവനും ഈ ഉഷ്ണം തിന്ന് കഴിയാനോ? (*സ്വയം*) ഇല്ല. അങ്ങനെ വരില്ല!

നിർമ്മല : അച്ഛാ, അതിനല്ലേ ഉഷ്ണശമനി?

കരുണേട്ടൻ : (*ധർമ്മസങ്കടത്തോടെ*) ആവോ, എനിക്കൊന്നും മനസ്സിലാവുന്നില്ല കുട്ടീ(*നിശ്ശബ്ദത*) ആ പ്രതാപിനെ ഇങ്ങോട്ട് കണ്ടിട്ട് കുറേ ദിവസമായല്ലോ, നീ വേണ്ടാത്തത് വല്ലതും?

നിർമ്മല : ഹോ, ഈ അച്ഛന്റെ ഓരോ ശങ്ക! ഉഷ്ണശമനി വന്ന

ശേഷം പ്രതാപേട്ടന് കടയിൽ വലിയ തിരക്കാ! നിന്ന് തിരിയാൻ നേരമില്ലെന്നാ പറഞ്ഞത്. രണ്ടാഴ്ചകൊണ്ട് വില്പന മൂവായിരം കഴിഞ്ഞത്രേ! തിരക്കൊഴിയുമ്പോൾ ഇങ്ങോട്ടു വരാതിരിക്കില്ല..

കരുണേട്ടൻ : (*പുറത്തേക്ക് നോക്കി ചിരിച്ചുകൊണ്ട്*) ദീർഘായുസ്സാ കുട്ടീ നിനക്ക്! പറഞ്ഞ് നാക്കെടുത്തില്ല. അപ്പോഴേയ്ക്കും എത്തി.

പ്രതാപൻ കടന്നു വരുന്നു. തലയിൽ ഉഷ്ണശമനിയുണ്ട്. അയാൾ ആകെ മാറിയിട്ടുണ്ട്. മുഖത്ത് പഴയ പ്രസരിപ്പോ സ്നേഹ ഭാവമോ ഇല്ല. ഒന്നിലും താല്പര്യമില്ലാത്ത മട്ട്.

പ്രതാപൻ : വലിയ തിരക്കായിരുന്നു, കരുണേട്ടാ.

നിർമ്മല : ഓ, ഞാൻ വിചാരിച്ചു ഞങ്ങളെയൊക്കെ മറന്നൂന്ന്!

പ്രതാപൻ : (*നിർവ്വികാരനായി*) മറന്നിട്ടൊന്നുമില്ല. കരുണേട്ടൻ പ്രതാപന്റെ ഭാവമാറ്റം ശ്രദ്ധിക്കുന്നു. തലയിലെ തൊപ്പി യിലേക്ക് തന്നെ നോക്കി നിൽക്കുന്നു.

കരുണേട്ടൻ : എന്താ പ്രതാപാ, ഇതിന്റെയൊരു രഹസ്യം?

പ്രതാപൻ : ആദ്യം എനിക്കും വിശ്വാസമില്ലായിരുന്നു. പക്ഷേ, തൊപ്പി വച്ചപ്പോഴല്ലേ അതിന്റെ സുഖമറിയുന്നത്! സാറിനോട് പറഞ്ഞ്, (*നിർമ്മലയുടെ നേർക്ക് തിരിയുന്നു*) നിനക്കും ഒര് ഉഷ്ണശമനി വാങ്ങാം. അല്പം കൂടി കഴിയട്ടെ.

കരുണേട്ടൻ : കല്യാണക്കാര്യമൊന്നും ആലോചിക്കുന്നില്ലേ, നീയ്?

പ്രതാപൻ : ഹേയ്, ചുരുങ്ങിയത് എട്ടുകൊല്ലത്തേക്ക് കല്യാണക്കാര്യം എനിക്കാലോചിക്കാനേ വയ്യ. മാസം 360 രൂപ വച്ച് എട്ടുവർഷം എന്റെ ശമ്പളത്തിൽ നിന്ന് ഉഷ്ണശമനിയുടെ കടം വീട്ടണം. ബാക്കി 240 രൂപ കൊണ്ട് രണ്ടു പേർ എങ്ങനെ ജീവിക്കാനാ?

കരുണേട്ടനും നിർമ്മലയും ഞെട്ടിപ്പോകുന്നു.

കരുണേട്ടൻ : എട്ടുകൊല്ലമോ? എന്താ പ്രതാപാ നീയീ പറയു ന്നത്? എട്ടുകൊല്ലമൊക്കെ നീട്ടിവയ്ക്കാൻ പറ്റുന്നതാണോ കല്യാണം? നീ പണത്തിന്റെ കാര്യമൊന്നും തൽക്കാലം ആലോചിക്കേണ്ട. ഉള്ളത് കൊണ്ട് നമുക്ക് നാലുപേർക്കും

ഇവിടെ കഴിയാം. സുരേന്ദ്രനും അതിൽ വിരോധമുണ്ടാവില്ല.

പ്രതാപൻ : തൽക്കാലം സാദ്ധ്യമല്ല കരുണേട്ടാ. ഒരു പാട് പരിപാടികൾ എന്റെ മനസ്സിലുണ്ട്

നിർമ്മല തേങ്ങുന്നു.

കരുണേട്ടൻ : (*ശബ്ദമുയർത്തി*) പ്രതാപാ, നിനക്കെന്ത് പറ്റി? പറയെടാ! തുറന്ന് പറയെടാ! നിനക്ക് നിർമ്മലയെ വേണ്ടെന്നായോ?

നിർമ്മല വാവിട്ട് നിലവിളിക്കുന്നു.

പ്രതാപൻ : കരുണേട്ടനോ നിർമ്മലയോ ചൂടായതുകൊണ്ട് കാര്യമില്ല. ഉഷ്ണശമനി ധരിച്ച ഒരാളുടെ മനസ്സ് വായിക്കാൻ അത് ധരിക്കാത്ത ഒരാൾക്ക് സാദ്ധ്യമല്ല. കാലം മാറുമ്പോൾ അതിനനുസരിച്ച് മാറാൻ കൂട്ടാക്കാത്തവർ പിൻതള്ളപ്പെടും (*സംസാരിച്ചുകൊണ്ടിരിക്കെ പ്രതാപൻ സെയിൽസ്മാനായി മാറുന്നു*) അതുകൊണ്ട് സഹോദരൻമാരേ, ഭാവിജീവിതം ഭാസുരമാക്കുവാൻ അനിവാര്യമായ ഈ ഉഷ്ണശമനി എത്രയും പെട്ടെന്ന് സ്വായത്തമാക്കുകയാവട്ടെ നിങ്ങളുടെ ജീവിത ലക്ഷ്യം! അതിന് വേണ്ടിയുള്ള ഏത് കൃത്യവും മാപ്പർഹിക്കുന്നതാണെന്ന് കൂടി നിങ്ങളെ ഓർമ്മിപ്പിച്ചുകൊള്ളട്ടെ ലക്ഷ്യം മാർഗ്ഗത്തെ സാധൂകരിക്കുന്നു. എന്നതാവട്ടെ നമ്മുടെ പ്രധാന മുദ്രാവാക്യം! നിങ്ങൾക്ക് നന്ദി, നമസ്കാരം! (*നാടകീയമായി തിരിഞ്ഞ് നടന്നുമറയാൻ തുടങ്ങുന്നു.*)

കരുണേട്ടൻ. (*അലറുന്ന സ്വരത്തിൽ*) നിൽക്കെടാ അവിടെ!

പ്രതാപൻ നിൽക്കുന്നു: കരുണേട്ടൻ നടന്ന് ചെന്ന് അയാൾക്കഭിമുഖമായി നിൽക്കുന്നു. നിർമ്മല ആകെ അന്ധാളിപ്പിലാണ്. കരുണേട്ടൻ പ്രതാപന്റെ മുഖത്തേക്ക് ഒട്ടുനേരം ഉറ്റുനോക്കുന്നു. പെട്ടെന്ന് കയ്യുയർത്തി പ്രതാപന്റെ തലയിൽ നിന്ന് തൊപ്പി വലിച്ചെടുക്കുന്നു. ആളിക്കത്തുന്ന അഗ്നികുണ്ഡത്തിലേക്ക് എടുത്തെറിയപ്പെട്ടതുപോലെ പ്രതാപൻ ഞെരിപിരികൊള്ളുന്നു. തീയിൽ വെന്തുചാവുന്ന ഒരു മനുഷ്യന്റെ അവസാനത്തെ പിടച്ചിലും എരിപൊരി

സഞ്ചാരവുമാണ് അയാൾ അനുഭവിക്കുന്നത്. ഹൃദയഭേദകമാണ് ആ കാഴ്ച. കരുണേട്ടൻ നിർവ്വികാരനായി അത് നോക്കി നിൽക്കുകയാണ്.

'അയ്യോ, അച്ഛാ\! എന്ന് നിലവിളിച്ചുകൊണ്ട് നിർമ്മല കരുണേട്ടന്റെ കയ്യിൽ നിന്നും തൊപ്പി തട്ടിപ്പറിച്ച് പ്രതാപന്റെ തലയിൽ വയ്ക്കുന്നു. അതോടെ അയാൾ പൂർവ്വസ്ഥിതിയിലാകുന്നു.

പ്രതാപൻ : (*കിതപ്പോടെ*) കെളവാ, നിങ്ങളിപ്പോഴെന്നെ കൊന്നുകളയുമായിരുന്നു. ഉഷ്ണശമനിയെപ്പറ്റി പാലിക്കേണ്ട ഒരേയൊരു മുൻകരുതൽ ഇതുമാത്രമാണ്; ഒരിക്കൽ ധരിച്ചുകഴിഞ്ഞാൽ മരണം വരെ അത് തലയിൽ നിന്ന് ഊരരുത്. ഊരിയാൽ 50 സെക്കന്റിനകം നിങ്ങൾ ഉഷ്ണം കൊണ്ട് പിടഞ്ഞുചത്തുപോകും.

പ്രതാപന്റെ സംസാരത്തിന് തുടർച്ചയെന്നോണം പശ്ചാത്തലത്തിൽ ഒരു ടി.വി. പരസ്യം. അതിന്റെ ദൃശ്യാവിഷ്കാരം. ചെകിടടപ്പിക്കുന്ന പാശ്ചാത്യസംഗീതം. അനൗൺസറുടെ ഘനഗംഭീരസ്വരം.

IT IS THE OF ETERNAL SUMMER ! BUT NEVER MIND! A STITCH IB TIME SAVES YOUR LIFE! YOUR LIFE! USE 'USHNASHAMANIES'!' (സംഗീതത്തിന്റെ ഒരു ചെറിയ ഇടവേള)STATU TORY WARNING\: NEVER TAKE YOUR CAPS OFF YOUR HEADS\; IT IS DENGEROUS! സംഗീതത്തിന്റെ അകമ്പടിയോടെ പരസ്യം അവസാനിക്കുന്നു. പ്രതാപൻ, സ്വന്തം കമ്പനിയുടെ ഉല്പന്നത്തിന്റെ പരസ്യം കണ്ട കൃതാർത്ഥതയോടെ പുഞ്ചിരിക്കുന്നു.

കരുണേട്ടൻ : ഇപ്പോൾ എനിക്കെല്ലാം മനസ്സിലാകുന്നു. (പുച്ഛത്തോടെ) ഉഷ്ണശമനി! നിതാന്തമായ അടിമത്തം! മോചനമില്ലാത്ത വിധി! എനിക്ക് ഈ തട്ടിപ്പ് മനസ്സിലാകും!

സുരേന്ദ്രൻ കടന്നുവരുന്നു. അയാളും ഉഷ്ണശമനി ധരിച്ചിട്ടുണ്ട്. വളരെ പ്രസാദാത്മകനാണ് ഇപ്പോളയാൾ.

സുരേന്ദ്രൻ : അച്ഛന് വീണ്ടും തെറ്റുപറ്റി മാറ്റമില്ലാത്ത വിധിയായി

യാഥാർത്ഥ്യത്തെ വിലയിരുത്തുന്നത് ചരിത്രനിരപേക്ഷ മായ സമീപനമാണെന്ന് അച്ഛനെ ഒരിക്കൽക്കൂടി ഞാൻ ഓർമ്മിപ്പിക്കട്ടെ!

(സംസാരിച്ചുകൊണ്ട് നടന്നുചെന്ന് പ്രതാപന് ഹസ്തദാനം ചെയ്യുന്നു)

കരുണേട്ടൻ : (*തൊപ്പിയും, ഭാവമാറ്റവും ശ്രദ്ധിച്ച്*) സുരേന്ദ്രാ, നീയും....?

സുരേന്ദ്രൻ : (ചിരിക്കുന്നു) മാറ്റത്തെക്കുറിച്ചുള്ള കാല്പനികവ്യാമോഹങ്ങളിൽ കുരുങ്ങിക്കിടക്കുകയാണ് അച്ഛനിപ്പോഴും. ഉഷ്ണം സാമ്രാജ്യത്തിന്റെ ഒരുപജാപമാണെന്ന അച്ഛന്റെ വാദം ഞാനും നിഷേധിക്കുന്നില്ല. പക്ഷേ, ഉഷ്ണം ഒരു യാഥാർത്ഥ്യമാണിന്ന്. അതിനെ നേരിടാൻ ശത്രുവിന്റെ ആയുധങ്ങൾ തന്നെ നാം സ്വായത്തമാക്കേണ്ടിയിരിക്കുന്നു.

കരുണേട്ടൻ : നിർത്തെടാ! (*കിതയ്ക്കുന്നു. നിസ്സഹായതയോടെ*) ദൈവമേ! എനിക്കു തെറ്റു പറ്റിയോ?... മനുഷ്യനെ സ്നേഹിക്കാൻ ഞാനിവനെ പഠിപ്പിച്ചത് തെറ്റായിരുന്നുവോ?

സുരേന്ദ്രൻ : തെറ്റോ ശരിയോ എന്നൊന്നും എനിക്കറിയില്ല. പക്ഷേ എന്റെ മനസ്സിൽ ഇപ്പോൾ അലയടിക്കുന്ന ആനന്ദം അച്ഛനോ നിർമ്മലയ്ക്കോ മനസ്സിലാവില്ല.

പ്രതാപൻ 'ഞാൻ പറഞ്ഞില്ലേ' എന്ന അർത്ഥത്തിൽ നിർമ്മലയെ നോക്കുന്നു. കരുണേട്ടൻ ഒരു മൂകസാക്ഷി മാത്രം.

നിർമ്മല : ഏട്ടാ എനിക്കും വേണം ഉഷ്ണശമനി. അല്ലെങ്കിൽ ഈ വീട്ടിൽ എനിക്ക് ഭ്രാന്ത് പിടിക്കും ഏട്ടനെവിടുന്നാ ഉഷ്ണശമനി വാങ്ങാൻ പണം കിട്ടിയത്?

കരുണേട്ടൻ : (*ശാസനാസ്വരത്തിൽ*) നിർമ്മല!

പ്രതാപൻ : (*സെയിൽസ്മാനായി*) അതിനു വേണ്ടിയുള്ള ഏത് കൃത്യവും മാപ്പർഹിക്കുന്നതാണെന്ന് ഞാൻ നിങ്ങളെ.. ലക്ഷ്യം മാർഗ്ഗത്തെ സാധൂകരിക്കുന്നു എന്ന മഹദ് വചനം....

സുരേന്ദ്രൻ : (*പ്രതാപൻ സംസാരിക്കുന്ന അതേ സമയത്തുതന്നെ, പരസ്യച്ഛായയുള്ള ഈണത്തിൽ*) ഉഷ്ണം സാമ്രാജ്യത്തിന്റെ ഒരു പജാപമാണെന്ന കാര്യം ഞാൻ നിഷേധിക്കുന്നില്ല... അതിനെ നേരിടാൻ ശത്രുവിന്റെ ആയുധങ്ങൾ തന്നെ....

രണ്ടുപേരും നിർത്താനുള്ള ഭാവമില്ല. നിർമ്മലയ്ക്ക് സഹി കെട്ടുന്നു. അവൾ അമർഷം സഹിക്കാതെ ഓടിച്ചെന്ന് രണ്ടുപേരുടെയും കവിളത്ത് ഓരോ അടി വച്ചുകൊടുക്കുന്നു. അതോടെ അവൾ തളർന്നുപോകുന്നു. പൊട്ടിക്കരഞ്ഞ് കുഴഞ്ഞു വീഴുന്ന നിർമ്മലയെ സുരേന്ദ്രനും പ്രതാപനും ചേർന്ന് താങ്ങിനിർത്തുന്നു. ഒരു അപസ്മാരരോഗിയുടെ വിഭ്രമത്തോടെ അവൾ അസ്പഷ്ടമായി എന്തൊക്കെയോ പുലമ്പുന്നു.

കരുണേട്ടൻ : (*നിസ്സഹായനായി*) നിർമ്മലേ!

നിർമ്മല : (*വാശിക്കാരിയായ ഒരു കുട്ടിയെപ്പോലെ*) എനിക്കും വേണം ഒരുഷ്ണശമനി. എനിക്കും വേണം...)

വെളിച്ചം പൊലിയുന്നു.

ദൃശ്യം നാല്

കരുണേട്ടന്റെ വീടിന്റെ ഉമ്മറം

മനോജ് ഉണ്ണിത്താൻ വലതുകൈയിൽ തൂക്കിപ്പിടിച്ച സാമാന്യം വലിപ്പമുള്ള ഒരു സ്യൂട്ട്കെയ്സുമായി വെളിയിൽ നിന്ന് പ്രവേശിക്കുന്നു. സ്യൂട്ട്കെയ്സിന്റെ ഇരുവശത്തും 'ALTER GENETICS' എന്ന് വലിയ അക്ഷരത്തിൽ എഴുതിയിട്ടുണ്ട്. ഉമ്മറത്ത് ആരെയും കാണാതെ ഒരു നിമിഷം സംശയിച്ചു നിൽക്കുന്നു. കോളിങ് ബെൽ ദൃഷ്ടയിൽപെട്ട് അതിൽ കയ്യമർത്തുന്നു. വീടിനകത്ത് ബെൽ ശബ്ദിക്കുന്നു.

ഒരു പഴയ രാമച്ചവിശറികൊണ്ട് ഉഷ്ണത്തെ അകറ്റാൻ പാടുപെട്ടുകൊണ്ട് കരുണേട്ടൻ വാതിൽ തുറന്ന് വരുന്നു. പിന്നാലെ നിർമ്മലയും. ഉണ്ണിത്താൻ സ്യൂട്ട്കെയ്സ് തറയിൽ വെച്ച് ഇരുകൈകളും ഉയർത്തി വണങ്ങുന്നു. അയാളുടെ ചലനങ്ങളും സംഭാഷണരീതിയുമെല്ലാം അടിമുടി കൃത്രിമമാണ്. പക്ഷേ, പാഷയിൽ നിന്ന് തികച്ചും വ്യത്യസ്തവും. തടിച്ചു കുറുകിയ ശരീരം. കട്ടിമീശ, ജീൻസും വർണ്ണക്കുപ്പായവും തലയിൽ പ്രത്യേകതരത്തിലുള്ള ഒരു തൊപ്പി ധരിച്ചിട്ടുണ്ട്. ഇളം മഞ്ഞനിറമുള്ള മഞ്ഞുതൊപ്പി പോലുള്ളത്.

കരുണേട്ടൻ : ആരാ? മനസ്സിലായില്ലല്ലോ.

ഉണ്ണിത്താൻ : (*ചോദ്യം ബോധപൂർവ്വം അവഗണിച്ച്*) മണി പത്തര യാവുന്നതേയുള്ളൂ. ഇപ്പോൾത്തന്നെ ചൂട് സഹിക്കാനാവു ന്നില്ല. അല്ലേ?

കരുണേട്ടൻ : (*ആഗതനെ സൂക്ഷിച്ചുനോക്കി*) ങ്ഹാ... നിങ്ങൾ?

ഉണ്ണിത്താൻ : എന്റെ പേര് മനോജ് ഉണ്ണിത്താൻ. 'ആൾട്ടർ ജനറ്റി ക്സി'ന്റെ ഫീൽഡ് റപ്രസന്റേറ്റീവ് ആണ് ഞാൻ !

കരുണേട്ടൻ : (*സംശയത്തോടെ*) ആൾട്ടർ ജനിറ്റിക്സ്?

ഉണ്ണിത്താൻ : തീർച്ചയായും നിങ്ങളാപേര് കേട്ടുകാണും. ആൾട്ടർ ജനറ്റിക്സിന്റെ ആദ്യ ഉല്പന്നത്തെക്കുറിച്ച് കേൾക്കാത്തവരാ രുമുണ്ടാവില്ല. 'ഫെദർ ടച്ച്' ഏറ്റവും ജനപ്രിയതയാർജ്ജിച്ച 'കോൺഡം'!

കരുണേട്ടൻ നെറ്റി ചുളിക്കുന്നു.

ഉണ്ണിത്താൻ : (*നിർമ്മലയെ നോക്കി പുഞ്ചിരിയോടെ*) മിസ്, യുവർ ഗുഡ് നെയിം പ്ലീസ്!

നിർമ്മല : (അല്പം മുന്നോട്ട് വന്ന്) നിർമ്മല

ഉണ്ണിത്താൻ : യേസ്, മിസ്സ് നിർമ്മല. 'ഫെദർ ടച്ചി' നെപ്പറ്റി നിങ്ങ ളെങ്കിലും കേട്ടുകാണും! ' MORE REAL THAN THE REAL EXPERIENCE' അതായിരുന്നു ഞങ്ങളുടെ പരസ്യവാചകം!

നിർമ്മല കാര്യം പിടികിട്ടിയപോലെ പുഞ്ചിരിക്കുന്നു.

കരുണേട്ടൻ : (*ക്ഷുഭിതനായി*) പോണം മിസ്റ്റർ! നിങ്ങൾക്ക് വീടുതെറ്റി. അതിന്റെ ആവശ്യക്കാരൊന്നും ഇവിടെയില്ല.

ഉണ്ണിത്താൻ : എക്സ്ക്യൂസ് മീ. ഫെദർ ടച്ചിന്റെ ഏജന്റ് എന്ന നില യിലല്ല ഞാനിപ്പോൾ നിങ്ങളുടെ മുമ്പിൽ നിൽക്കുന്നത്. രാജ്യം ഗുരുതരമായ ഒരു പ്രതിസന്ധിയെ അഭിമുഖീകരിച്ചു കൊണ്ടിരിക്കുമ്പോൾ ജനങ്ങളോടുള്ള ബാധ്യത എങ്ങനെ നിറവേറ്റണം എന്ന് ആൾട്ടർ ജനറ്റിക്സിന് അറിയാം. മോചനമില്ലാത്ത ചൂടിൽ നിന്ന് രാജ്യത്തെ മോചിപ്പിക്കാൻ ഞങ്ങൾ ഒരു പുതിയ ഉല്പന്നം വിപണിയിലിറക്കിയിരിക്കു ന്നു. (തലയിൽ നിന്ന് തൊപ്പി വലിച്ചെടുക്കുന്നു) 'ശിശിരമു ദ്ര' അതാണ് ഇതിന്റെ പേര് (തൊപ്പി നിർമ്മലയ്ക്ക് നേരെ നീട്ടുന്നു)

നിർമ്മല തൊപ്പി കയ്യിൽ വാങ്ങുന്നു.

അത് സ്പർശിക്കുന്നതോടെ അവളിൽ പ്രകടമായ ഒരു വ്യതിയാനം കാണുന്നു. കണ്ണുകൾ അടച്ച് നിർവ്വൃതിയിലെ നദിപോലെ അവൾ നിൽക്കുന്നു. നിർമ്മലയുടെ ഭാവമാറ്റം കരുണേട്ടനെയും അദ്ഭുതപ്പെടുത്തുന്നു.

നിർമ്മല : (*നിർവ്വൃതിയോടെ*) ഹായ്! എന്തൊരു തണുപ്പ്! ഇതുതന്നെയല്ലേ, ഉഷ്ണശമനി!

ഉണ്ണിത്താൻ : (*പൊട്ടിച്ചിരിക്കുന്നു*) അല്ലല്ലോ! (*പുച്ഛത്തോടെ*) ഉഷ്ണശമനി!.... സാമ്രാജ്യത്വത്തിന്റെ ഉപഭോഗതാല്പര്യങ്ങൾ നമ്മെ അടിച്ചേല്പിക്കാനുള്ള ഒരു ഗൂഢാലോചനയാണ് 'ഉഷ്ണശമനി' എന്നാൽ, ശിശിരമുദ്ര, ആകൃത്രിമവും പൗരാണികവുമായ നമ്മുടെ സാംസ്കാരിക സ്വരൂപങ്ങളെ തിരിച്ചറിയാനുള്ള ഐതിഹാസികമായ ഒരു സംരംഭമാണ്. ഉഷ്ണശമനിയുടെ സങ്കീർണ്ണതകളൊന്നും അതിനില്ല. ഒരിക്കൽ തലയിൽ നിന്നെടുത്താൽ 50 സെക്കന്റിനകം മനുഷ്യൻ പിടഞ്ഞു ചത്തുപോകുന്ന ഒരു പീറത്തൊപ്പി കൊണ്ട് ചൂടിനെ നേരിടാൻ എങ്ങനെ സാദ്ധ്യമാകും? (*കരുണേട്ടനെ തറച്ചു നോക്കി സവിശേഷമായ ഒരു ചിരിയോടെ*) സാറിനെ കണ്ടിട്ട് കാര്യവിവരമുള്ള ഒരാളാണെന്ന് തോന്നി. അതുകൊണ്ട് പറയുകയാണ്! നമ്മുടെ രാജ്യത്തെ വിദേശ ശക്തികൾക്കു മുന്നിൽ അടിയറ വയ്ക്കുവാനുള്ള ഗൂഢാലോചനയാണ് സാർ അതിനു പിന്നിൽ!

കരുണേട്ടൻ : ഉഷ്ണശമനി!... ശിശിരമുദ്ര!... മനുഷ്യരെ വിഡ്ഢികളാക്കാൻ ഓരോരോ കണ്ടുപിടുത്തങ്ങൾ! (*നിമിഷനേരത്തെ നിശ്ശബ്ദതയ്ക്കു ശേഷം ദീർഘനിശ്വാസത്തോടെ*) ഈശ്വരാ, നിമിഷം ചെല്ലും തോറും കൂടിക്കൂടി വരുന്ന ഈ ഉഷ്ണം!

ഉണ്ണിത്താൻ : (*ഇടയ്ക്കു കയറി*) ചൂട് എന്ന് പറയണം സാർ! ഉഷ്ണം എന്ന വാക്കുതന്നെ അവരുടെ ഇറക്കുമതിയാണ്. സാർ!.. ചൂട്. അതാണ് നമ്മുടെ യാഥാർത്ഥ്യം! അതൊന്ന് മാത്രം! ചൂടിനെതിരെയുള്ള ദേശീയജനകീയ പ്രതിരോധമാണ് ശിശിര മുദ്ര നിങ്ങൾക്ക് വാഗ്ദാനം ചെയ്യുന്നത്. ഏറ്റവും ചുരുങ്ങിയ ചെലവിൽ, സങ്കീർണ്ണതകൾ ഏതുമില്ലാതെ!

നിർമ്മല : നേരാണച്ഛാ! ഉഷ്ണശമനി തൊടുമ്പോൾ നമുക്ക് ഒന്നും തോന്നുന്നില്ലല്ലോ. ഇതങ്ങനെയല്ല. ദൈവമേ, എന്തൊരു തണുപ്പ്!

കരുണേട്ടൻ : മനസ്സിലാവാഞ്ഞിട്ട് ചോദിക്കുവാ, ഈ ഉഷ്ണവും ചൂടും തമ്മിൽ എന്താ വ്യത്യാസം?

ഉണ്ണിത്താൻ : ന്യായമായ ചോദ്യം! ഉണ്ട്.... വ്യത്യാസമുണ്ട്! ആ വ്യത്യാസമാണ് ഞാനിപ്പോൾ നിങ്ങളെ ബോധ്യപ്പെടുത്താൻ പോകുന്നത്. (*തൊപ്പി വാങ്ങി ധൃതിയിൽ ധരിക്കുന്നു.*)

ഒരു സ്റ്റൂൾ നീക്കിയിട്ട് ഉണ്ണിത്താൻ സ്യൂട്ട്കെയ്സ് അതിൽ വയ്ക്കുന്നു. ജീൻസിന്റെ കീശയിൽ നിന്നും ഒരു താക്കോൽക്കൂട്ടം പുറത്തെടുത്ത് ഏറ്റവും ചെറിയ ഒന്ന് കൊണ്ട് സ്യൂട്ട്കെയ്സ് തുറക്കുന്നു. സ്യൂട്ട്കെയ്സിനകം കാണികൾക്ക് കണ്ടുകൂടാ. കരുണേട്ടനും നിർമ്മലയും ഇരു വശവുമായി നിന്ന് കൗതുകപൂർവ്വം നോക്കുന്നു. ഉണ്ണിത്താൻ ഒരു ഡമോൺസ്ട്രേഷന് തയ്യാറായ മട്ടിൽ പെട്ടി തുറന്ന് മാറിനിൽക്കുന്നു. നിർമ്മല ആകെ ഉത്തേജിതയാണ്.

ഉണ്ണിത്താൻ : രണ്ടുപേരും റെഡിയല്ലേ? ശരി, മിസ് നിർമ്മല ഇവിടെ വരൂ ഈ കാണുന്ന ഗ്ലാസ്സ് നോബിൽ മോതിരവിരലിന്റെ അറ്റം കൊണ്ട് ഒന്ന് സ്പർശിക്കൂ! (നിർമ്മല അനുസരിക്കുന്നു. തികഞ്ഞ അദ്ഭുതാദരങ്ങളോടെ) യെസ്, അങ്ങനെ! ഇപ്പോൾ എന്തു സംഭവിച്ചു എന്നറിയണ്ടേ? നിർമ്മലയുടെ ജൈവഭാവങ്ങളുടെ സകലസവിശേഷതകളും, ദാ, ഈ കാണുന്ന മിനി കമ്പ്യൂട്ടറിൽ രേഖപ്പെടുത്തിക്കഴിഞ്ഞു! (മാറി നിന്ന് വിശദീകരിക്കുന്നു) കമ്പ്യൂട്ടർ എന്ന് കേൾക്കുമ്പോൾ തെറ്റിദ്ധരിക്കേണ്ട, ഇതൊരിറക്കുമതിച്ചരക്കല്ല. നമ്മുടെ ശാസ്ത്രജ്ഞന്മാർ, നമ്മുടെ നാട്ടിൽ സ്വന്തം സാങ്കേതികപരിജ്ഞാനം ഉപയോഗിച്ച്, നമ്മുടെ നാട്ടിൽ തന്നെ വികസിപ്പിച്ചെടുത്ത അസാധാരണമായ ഒരുപകരണമാണിത്. മിസ് നിർമ്മലയ്ക്ക് അനുയോജ്യമായ ശിശിരമുദ്ര ഏതെന്ന് ഒരു സെക്കന്റിന്റെ ഏതാനും അംശങ്ങൾകൊണ്ട് കമ്പ്യൂട്ടർ തിരിച്ചറിയുകയും, അത് ദാ, ഈ കാണുന്ന യന്ത്രത്തിന് കൈമാറുകയും ചെയ്തു കഴിഞ്ഞു.

നിർമ്മല : അതൊരു ചർക്കപോലെയുണ്ടല്ലോ.

ഉണ്ണിത്താൻ : അതെ, ചർക്കതന്നെ. എന്നാൽ ചർക്കമാത്രമല്ല. ഗ്ലാസ്സ് നോബിൽ മോതിരവിരലറ്റം പതിപ്പിക്കുന്ന ആളുടെ പ്രത്യേകതകൾക്കനുസരിച്ച് ഈ കാണുന്ന അറയിൽ നിന്ന് (*അറ കാണിക്കുന്നു*) നൂലെടുത്ത് നിമിഷങ്ങൾക്കകം അത് ശിശിരമുദ്ര നെയ്തുണ്ടാക്കുന്നു. അങ്ങേയറ്റം സങ്കീർണ്ണമായ ബയോടെക്നോളജിയാണ് ആർട്ടർ ജനറ്റിക്സ് ഇതിനായി ഉപയോഗപ്പെടുത്തിയിട്ടുള്ളത്.

നിർമ്മല : (*നിർവ്യാജമായ ജിജ്ഞാസയോടെ*) ഞാൻ തൊട്ടിട്ടും അതെന്താ പ്രവർത്തിക്കാത്തത്?

ഉണ്ണിത്താൻ : (*ചിരിക്കുന്നു*) മിസ്സ്; യൂ ആർ റിയലി ഗ്രേറ്റ്! ഒന്നാംതരം ചോദ്യം! ഇവിടെയാണ് ശിശിരമുദ്രയും നമ്മുടെ സാംസ്കാരികപൈതൃകവുമായുള്ള ബന്ധം പ്രശ്നമാവുന്നത്. പ്ലീസ് മാഡം! (*നാടകീയമായി നടന്നുചെന്ന് ഒരു സ്വിച്ചിൽ വിരലമർത്തുന്നു. "വന്ദേമാതര"ത്തിന്റെ ഈണത്തിലുള്ള സംഗീതം കേട്ടുതുടങ്ങുന്നു. ഉണ്ണിത്താൻ കണ്ണടച്ച് തൊഴുതുനിൽക്കുന്നു. സംഗീതം നിലയ്ക്കുന്നു*) ഈ ഈണം കേട്ടുകഴിഞ്ഞാൽ മാത്രമേ യന്ത്രം പ്രവർത്തനക്ഷമമാകൂ! ദാ നോക്കൂ. (*യന്ത്രത്തിന്റെ ശബ്ദം കേട്ടു തുടങ്ങുന്നു. നാടൻ കൈത്തറിയുടെ ശബ്ദം. അരമിനിറ്റ് നേരം പ്രവർത്തിച്ചിട്ട് യന്ത്രം നിശ്ചലമാകുന്നു*) മിസ് നിർമ്മലയ്ക്ക് വേണ്ട "ശിശിരമുദ്ര" തയ്യാറായിക്കഴിഞ്ഞു.

നിർമ്മല : (*അദ്ഭുതത്തോടെ*) ഇത്രപെട്ടെന്നോ?

ഉണ്ണിത്താൻ : വിശ്വാസം വരുന്നില്ല, അല്ലേ? ശിശിരമുദ്രയുടെ ലാളിത്യവും നൈസർഗ്ഗികതയും ഉഷ്ണശമനിക്ക് സ്വപ്നം കാണാൻ കഴിയാത്തതാണ്. ചൂടിനെ അകറ്റാനുള്ള ഒരുപകരണത്തിന് ഉപഭോക്താവിന്റെ പേരും വയസ്സും നക്ഷത്രവും ബ്ലഡ്ഗ്രൂപ്പും ജാതകമെഴുതിയ കണിയാന്റെ പേരും ചോദിക്കുന്ന ഉഷ്ണശമനിയിൽ നിന്ന് ശിശിരമുദ്ര എത്ര വ്യത്യസ്തമാണെന്ന് നോക്കൂ! പക്ഷേ, തീർന്നില്ല. ഇനിയാണ് അദ്ഭുതം അനുഭവിച്ചറിയാൻ പോകുന്നത്, വരൂ!

ഉണ്ണിത്താൻ ശിശിരമുദ്ര പുറത്തെടുക്കുന്നു, ഇളം മഞ്ഞ നിറമുള്ള ഒരു തൊപ്പിയാണത്. നിർമ്മല അടുത്തേക്ക് ചെല്ലുന്നു. ഒരു കിരീടം ചാർത്തുന്ന ഗൗരവത്തോടെ തൊപ്പി നിർമ്മലയുടെ തലയിൽ അണിയിക്കുന്നു. തുടർന്നുള്ള നിമിഷങ്ങളിൽ അമ്പരപ്പിക്കുന്ന മാറ്റമാണ് നിർമ്മലയിൽ സംഭവിക്കുന്നത്. നിർവൃതിയുടെ ഉച്ചസ്ഥായിയിൽ അല്പനേരം അവൾ കണ്ണടച്ച് നിൽക്കുന്നു. എന്തൊക്കെയോ അപശബ്ദങ്ങൾ കാമോദ്ദീപകമാണവ. പുറപ്പെടുവിച്ചുകൊണ്ട് ഞെരിപിരികൊള്ളുന്നു. ഉന്മാദം സഹിക്കവയ്യാതെ വേദിയിലൂടെ പാഞ്ഞു നടക്കുന്നു. ഇക്കിളിപ്പെട്ടതുപോലെ ചിരിക്കുന്നു.

ഉണ്ണിത്താൻ വിജയഭാവത്തിൽ നോക്കി നിൽക്കുന്നു. കരുണേട്ടൻ ആകപ്പാടെ അന്ധാളിച്ചുപോയിരിക്കുന്നു.

നിർമ്മല 'അച്ഛാ' എന്ന് ഒരു പ്രത്യേക ഈണത്തിൽ വിളിച്ചുകൊണ്ട് കരുണേട്ടനെ സമീപിക്കുന്നു. കരുണേട്ടൻ വെറുപ്പോടെ ഉണ്ണിത്താനെ നോക്കുന്നു.

കരുണേട്ടൻ : എന്താണ് മിസ്റ്റർ, ഇതൊക്കെ?

ഉണ്ണിത്താൻ : ഭയപ്പെടാനൊന്നുമില്ല സാർ! വാസ്തവത്തിൽ ഇത് സന്തോഷിക്കേണ്ട നിമിഷമാണ്. അല്പം മുമ്പ് വരെ നിങ്ങളോടൊപ്പം ഉണ്ടായിരുന്ന ആ പഴയ കുട്ടിയല്ല, ഇപ്പോൾ മിസ്സ്. നിർമ്മല സ്വന്തം ആത്മബോധത്തെ അവൾ തിരിച്ചറിഞ്ഞുകഴിഞ്ഞു. അതുവഴി നമ്മുടെ മഹത്തായ രാജ്യത്തിന്റെ അഖണ്ഡതയും.

കരുണേട്ടൻ : ഛീ, നിർത്തെടാ!

ഉണ്ണിത്താൻ ഒന്ന് പതറുന്നു. അപ്പോഴേക്കും നിർമ്മല അയാളുടെ നേർക്ക് കുഴഞ്ഞുചെല്ലുന്നു.

നിർമ്മല : എനിക്കുവേണ്ടി ക്ഷമിക്കണം സാർ! (*അച്ഛനോടായി*) ഇദ്ദേഹം പറയുന്നത് വാസ്തവമാണച്ഛാ ശരിക്കും വാസ്തവം !(*സ്വയം മറന്ന്*) ഞാനിപ്പോൾ അനുഭവിക്കുന്ന ആനന്ദം!... (*ദീർഘനിശ്വാസത്തോടെ*) ഇല്ല, എനിക്കു വാക്കുകളില്ല.

കരുണേട്ടൻ അസ്വസ്ഥനാവുന്നു.

ഉണ്ണിത്താൻ : ഇതുതന്നെയാണ് എല്ലാവരും പറയുന്നത്.

റോഡിയോവിലും ടി.വിയിലും ഞങ്ങളുടെ പരസ്യങ്ങൾ ശ്രദ്ധിച്ചിട്ടില്ലേ?

നിർമ്മല : ഉഷ്ണശമനിയുടെ പരസ്യം വരാൻ തുടങ്ങിയതുമുതൽ അച്ഛൻ റേഡിയോ മേശവലിപ്പിൽവച്ച് പൂട്ടി. ടി.വി ഓൺ ചെയ്യാൻ സമ്മതിക്കാതെയുമായി.

ഉണ്ണിത്താൻ : (*ചിരിച്ച്, കരുണേട്ടനോടായി*) സാറ് തിരിച്ചറിവുള്ള ആളാണെന്ന എന്റെ കണക്കുകൂട്ടൽ തെറ്റിയിട്ടില്ല. ഉഷ്ണശമനിയുടെ പരസ്യം സഹിക്കാനാവാതെ റേഡിയോയും ടി.വിയും തല്ലിപ്പൊട്ടിച്ചവരുണ്ട്! ആർക്ക് സഹിക്കാനാവും സാർ, അവരുടെ സാമ്രാജ്യത്വ ജാഡ? ഫീൽഡ് വർക്കിന്റെ ഭാഗമായി ഓരോ വീട്ടിലും ശിശിരമുദ്രയുടെ സന്ദേശമെത്തിക്കാൻ, രണ്ടുപരസ്യങ്ങളും ഈ സ്യൂട്ട്കെയ്സിനകത്തുതന്നെ സജ്ജീകരിച്ചിട്ടുണ്ട്. ആദ്യം റേഡിയോ പരസ്യം കേൾപ്പിക്കാം. നമ്മുടെ അതുല്യനായ സംഗീതചക്രവർത്തി ശിശിരമുദ്രയെപ്പറ്റി എന്തു പറയുന്നു എന്ന് കേൾക്കട്ടെ!

നിർമ്മല : (*കുട്ടിയെപ്പോലെ തുള്ളിച്ചാടിക്കൊണ്ട്*) ഹായ്, കേൾക്കട്ടെ, കേൾക്കട്ടെ!

ഉണ്ണിത്താൻ സ്യൂട്ട്കെയ്സിനകത്ത് ഒരു സ്വിച്ചിൽ വിരലമർത്തുന്നു. റേഡിയോ പരസ്യത്തിന്റെ ശബ്ദചിത്രം. പരസ്യം ആരംഭിക്കുന്നതിന് മുമ്പുള്ള കോഡ്പീസ്. തുടർന്ന് ഹിന്ദുസ്ഥാനി രാഗത്തിലുള്ള പുല്ലാങ്കുഴലിന്റെ മധുരമായ ഈണം. വിളംബിതത്തിൽ നിന്ന് ഉച്ചസ്ഥായിയിലേക്ക് പതുക്കെ അവരോഹണം ചെയ്ത് നിശ്ശബ്ദതയിലൊടുങ്ങുന്ന നാദധാര. അനൗൺസറുടെ മുഴക്കമേറിയ ശബ്ദം: 'വേനലിന്റെ ഉച്ചിയിൽ ശിവഗംഗ പോലെ ഒഴുകുന്ന ശിശിര സംഗീതം. ഉസ്താദ് ബജേ അലാവുദ്ദീൻഖാൻ" അനൗൺസ്മെന്റിന് ശേഷവും നിമിഷങ്ങളോളം സംഗീതം തുടരുന്നു. അതിന്റെ അവസാനം കിളിമൊഴിപോലെ ഒരു സ്ത്രീശബ്ദം. "ഉസ്താദ്, സംഗീതത്തേക്കാൾ അനുഭൂതിദായകമായി മറ്റെന്തെങ്കിലും താങ്കൾ കണ്ടിട്ടുണ്ടോ?" ഉസ്താദിന്റെ ശബ്ദം. "ഉണ്ട് അൾട്ടർ ജനറ്റിക്സിന്റെ ശിശിരമുദ്ര. അതൊന്നുമാത്രം" വീണ്ടും അനൗൺസറുടെ ഘനഗംഭീരമായ ശബ്ദം. "ശിശിരമുദ്ര ദേഹരക്ഷയ്ക്കും ദേശരക്ഷയ്ക്കും" പരസ്യം

അവസാനിക്കുന്നു.

പരസ്യം കേട്ടുതുടങ്ങുന്നതോടെ നിർമ്മല സ്വയം മറന്ന് ചലിച്ചുതുടങ്ങുന്നു. ഒരു 'ബാലെ' നർത്തകിയുടെ ദ്രുതമായ ചുവടുകളോടെ അവൾ വേദിയിലുടനീളം നൃത്തം ചെയ്തു നീങ്ങുന്നു. സംഗീതം അവസാനിക്കുന്നതോടെ ഉണ്ണിത്താന്റെ തൊട്ടുമുന്നിലായി ഒരു പ്രത്യേക പോസിൽ നിശ്ചലമാവുന്നു.

കരുണേട്ടൻ ശാസനാപൂർവ്വം നിർമ്മലയെ നോക്കുന്നു.

കരുണേട്ടൻ : നിർമ്മലേ!

നിർമ്മലയ്ക്ക് 'യാഥാർത്ഥ്യത്തിലേക്ക് തിരിച്ചുവരാൻ മടിയുള്ളതു പോലെ തോന്നും. അവൾ സാവധാനം നടന്നുചെന്ന് അച്ഛന്റെ മുന്നിൽ നിൽക്കുന്നു. ഒരപരിചിതനെയെന്ന പോലെ കരുണേട്ടനെ നോക്കുന്നു.

കരുണേട്ടൻ : (*ശാന്തസ്വരത്തിൽ*) നിർമ്മലേ, (തൊപ്പിചൂണ്ടി) അതങ്ങ് ഊരിക്കൊടുത്തിട്ട് അകത്തേക്ക് പോ!

നിർമ്മല : (*വാശിയോടെ*) അച്ഛാ, പ്ലീസ്... (ഉണ്ണിത്താനോടായി) സാർ, ആ ടി വി. പരസ്യം കൂടി...

ഉണ്ണിത്താൻ (*വിജയഭാവത്തിൽ പുഞ്ചിരിച്ചുകൊണ്ട്*) യേസ്... രണ്ടു പേരും ആ പിൻചുമരിലേക്ക് നോക്കിനിൽക്കണം. ഐഷാൽ പ്രൊജക്ട് ഇറ്റ് നൗ!

ഉണ്ണിത്താൻ സ്യൂട്ട്കെയ്സ് അടച്ച് സ്റ്റേജിനെതിരായ ദിശയിൽ തിരിച്ചു വയ്ക്കുന്നു. വീണ്ടും സ്യൂട്ട്കെയ്സ് തുറന്ന് എന്തെല്ലാമോ ചെറിയ സജ്ജീകരണങ്ങൾ ചെയ്തുതുടങ്ങുന്നു. വെളിച്ചം മങ്ങുന്നു. സ്യൂട്ട്കെയ്സിനകത്ത് നിന്ന് ഒരു പ്രകാശധാര പിൻചുമരിൽ പതിച്ചുതുടങ്ങുന്നു. സൈക്ലോരമയുടെ ഉയർന്ന തലത്തിൽ ശിശിരമുദ്രയുടെ ടി.വി പരസ്യം തെളിയുകയാണ്. പ്രൊജക്ടറിന്റെ ശബ്ദം കേട്ടുതുടങ്ങുന്നു.

വർണ്ണ വെളിച്ചത്തിൽ ആലിംഗനബദ്ധരായി നില്ക്കുന്ന ശകുന്തളയും ദുഷ്യന്തനും ദുഷ്യന്തനിൽ നിന്ന് വേർപെട്ട് സാവധാനം നടന്നുനീങ്ങുന്ന ശകുന്തള. പശ്ചാത്തലത്തിൽ.

"കൊണ്ടൽവേണിയൊരു രണ്ടുനാലടി

നടന്നതില്ലതിന് മുമ്പു താൻ" എന്ന വരികൾ ശ്രുതിമധുരമായി ആലപിക്കപ്പെടുന്നു. ദർഭമുനയേറ്റ ശകുന്തള തിരിഞ്ഞു നോക്കുന്നു. പ്രസിദ്ധമായ ആ പോസിൽ ശകുന്തള നിശ്ചലയാകുന്നു. മുഖത്ത് അസാധാരണമായ തിളക്കവും ലജ്ജയും

ദുഷ്യന്തൻ രണ്ടടി മുന്നോട്ടുവയ്ക്കുന്നു.

ദുഷ്യന്തൻ : പ്രിയേ, എന്തുപറ്റി?... ദർഭമുനയാണോ?

ശകുന്തള : (*ലജ്ജാവതിയായി*) അല്ല, മഹാത്മൻ!

ദുഷ്യന്തൻ : പിന്നെ?

ശകുന്തള മടിച്ചു നിൽക്കുന്നു. ലജ്ജയോടെ ദുഷ്യന്തനെ കടാക്ഷിക്കുന്നു.

ശകുന്തള : എനിക്ക് (വീണ്ടും ശങ്കിക്കുന്നു)

ദുഷ്യന്തൻ : പറയൂ! ഭവതിയുടെ ഏത് ആഗ്രഹവും നാം സാധിതമാക്കില്ലേ!

ശകുന്തള : എനിക്ക്... എനിക്കൊരു... ശി...ശി...ര.. മുദ്ര!

ദുഷ്യന്തന് പെട്ടെന്ന് കാര്യം പിടികിട്ടുന്നില്ല. ചുംബനമാണ് ഉദ്ദേശിക്കുന്നത് എന്ന അർത്ഥത്തിൽ ദുഷ്യന്തൻ വലതുകൈ ചുണ്ടോടു ചേർക്കുന്നു ചോദ്യഭാവത്തിൽ ശകുന്തളയെ നോക്കുന്നു. ശകുന്തള വീണ്ടും ലജ്ജാവതിയാകുന്നു. നിഷേധാർത്ഥത്തിൽ തലയാട്ടുന്നു.

ശകുന്തള : (*കിളിമൊഴിപോലെ*) അധരത്തിലല്ല.... ശിരസ്സിൽ!"

ദുഷ്യന്തന് കാര്യം മനസ്സിലാവുന്നു. അയാൾ ധീരോദാത്തമായ പുരാണ നായകനെപ്പോലെ വട്ടം ചുറ്റുന്നു. വായുവിൽ നിന്ന് ഒരു ശിശിരമുദ്ര കൈവീശിയെടുത്ത് ശകുന്തളയെ അണിയിക്കുന്നു. ഒരു നിമിഷം അവൾ നിർവൃതിയിലാണ്ട് നിൽക്കുന്നു. പിന്നെ ചലിച്ചുതുടങ്ങുന്നു. ദ്രുതമായ പദവിന്യാസങ്ങളോടെ ചലിച്ച് അന്തരീക്ഷത്തിൽ നിന്ന് ഒരു ശിശിരമുദ്ര കണ്ടെടുത്ത് ദുഷ്യന്തനെ അണിയിക്കുന്നു. പരസ്പരം കൈകൾ കോർത്ത് ഒന്നായി ഒരു രതിശില്പം പോലെ നിശ്ചലരാകുന്നു.

പെട്ടെന്ന് ഉയർന്ന തലത്തിൽ പിന്നിൽ നിന്ന്

മുനികുമാരന്മാർ എന്നു തോന്നിക്കുന്ന (തറ്റുടുപ്പ്, പൂന്നൂൽ ചന്ദനക്കുറി) അഞ്ചെട്ടുപേർ ആർപ്പുവിളികളോടെ പ്രത്യക്ഷപ്പെടുന്നു. അവർ ഓരോരുത്തരും ശിശിരമുദ്ര ധരിച്ചിട്ടുണ്ട്. ഉയർത്തിപ്പിടിച്ച ഇരുകൈകളിലും ഓരോ ശിശിരമുദ്ര വട്ടം കറക്കുന്നുമുണ്ട്.

അനൗൺസറുടെ ശബ്ദം.

"ചൂടിനെതിരെ ഒരാത്മീയ പ്രതിരോധം! ആർഷപ്രോക്ത സംസ്കാരങ്ങളുടെ സമന്വയമുദ്ര. ശിശിരമുദ്ര! (ഒരു നിമിഷം നിർത്തി) നിയമാനുസൃതമായ മുന്നറിയിപ്പുകൾ"

അനൗൺസർ "മുന്നറിയിപ്പുകൾ" എന്ന് പറഞ്ഞു നിർത്തുമ്പോഴേക്കും മുനികുമാരൻമാർ ഇരുകൈകളിലുമുള്ള ശിശിരമുദ്രകൾ അന്തരീക്ഷത്തിലേക്ക് ചുഴറ്റിയെറിഞ്ഞ് ഒന്നിച്ച് ആർത്തുവിളിക്കുന്നു. "ഇല്ലാ, ഇല്ലാ... ഇല്ലേയില്ല!"

കോമഡിസീരിയലുകളിൽ കാണുന്ന അട്ടഹാസം പോലുള്ള കൂട്ടച്ചിരി, പശ്ചാത്തലത്തിൽ. വെളിച്ചം പൊലിയുന്നു.

വെളിച്ചം തെളിയുമ്പോൾ വിടർന്ന കണ്ണുകളുമായി നിൽക്കുന്ന നിർമ്മല. ആകെ അന്ധാളിച്ചുപോയ കരുണേട്ടൻ. രണ്ടുപേരെയും സാകൂതം വീക്ഷിച്ച് പുഞ്ചിരിയുമായി നിൽക്കുന്ന ഉണ്ണിത്താൻ.

കരുണേട്ടൻ : മോളേ, ഇനി അതങ്ങ് അഴിച്ചുകൊടുത്തേക്കു. അയാൾ പോയ്ക്കോട്ടെ.

നിർമ്മല : ഇതെനിക്കുവേണം അച്ഛാ!

ഉണ്ണിത്താൻ : സാർ, ഈ ശിശിരമുദ്ര നിർമ്മലയുടേതാണ്. വളരെ ഉദാരമായ വ്യവസ്ഥകളാണ് അൾട്ടർ ജനറ്റിക്സ് ഉപഭോക്താക്കൾക്ക് വച്ചു നീട്ടുന്നത്. ശിശിരമുദ്ര മൂന്ന് വിധത്തിൽ നിങ്ങൾക്ക് സ്വന്തമാക്കാം. ഒന്ന്, റൊക്കം പണം തന്ന്! (*സ്വരം മാറ്റി*) അത് വളരെ വലിയ ഒരു തുകയൊന്നുമല്ല, ഉഷ്ണശമനിയെ അപേക്ഷിച്ച് ഏറ്റവും ലാഭകരം. രണ്ട്, തവണവ്യവസ്ഥകളിൽ. മൂന്ന്, ദീർഘകാലത്തേക്ക് കമ്പനിക്ക് കടപ്പെടുന്ന ബോണ്ടുകൾ വഴി. ഞാൻ നോക്കിയിട്ട്, സാറിന് ഒടുവിൽപറഞ്ഞതാവും യോജിക്കുക. ബോണ്ടും

സ്റ്റാമ്പ് പേപ്പറുകളും കയ്യിൽതന്നെയുണ്ട്. അച്ചടിച്ച നിയമാവലിയും. സാറ് നാലഞ്ചിടത്ത് ഒപ്പിച്ചു തരുന്ന പ്രശ്നമേയുള്ളൂ. എടുക്കട്ടെ സാർ? പിന്നെ, സാറിനും വേണ്ടേ ഒരു ശിശിരമുദ്ര?

കരുണേട്ടൻ : (*കടുപ്പിച്ച്*) വേണ്ട

നിർമ്മലയും ഉണ്ണിത്താനും രണ്ടുവിധത്തിൽ ചകിതരാകുന്നു. കരുണേട്ടൻ ധൃതയിൽ നടന്നുചെന്ന് നിർമ്മലയുടെ തലയിൽ നിന്ന് ശിശിരമുദ്ര ഊരിയെടുത്ത് ഉണ്ണിത്താന്റെ മുഖത്തേക്ക് എറിയുന്നു. നിർമ്മല സമനില തെറ്റിയ മട്ടിൽ 'അച്ഛാ' എന്ന അലർച്ചയോടെ നിലത്ത് കുത്തിയിരുന്ന് ഏങ്ങലടിക്കുന്നു. കരുണേട്ടന്റെ ഭാവമാറ്റം ഉണ്ണിത്താൻ തിരിച്ചറിയുന്നു. 'ഇനി രക്ഷയില്ല' എന്ന ഭാവത്തിൽ അയാൾ സ്യൂട്ട്കെയ്സ് അടച്ച്, നിർമ്മലയെ ഒന്ന് നോക്കി പിൻവാങ്ങാൻ തുടങ്ങുന്നു. പുറത്തേക്കുള്ള വാതിലിലെത്തി തിരിഞ്ഞുനിൽക്കുന്നു.

ഉണ്ണിത്താൻ: സാർ, കേവലമായ കച്ചവടതാല്പര്യം മാത്രമല്ല, 'ആൾട്ടർ ജനറ്റിക്സി'നെ നയിക്കുന്നത്. ഒരു സാംസ്കാരികദൗത്യമായിട്ടാണ് ഞങ്ങൾ ഇതിനെ കാണുന്നത്. അതുകൊണ്ട് സാറിനെപ്പോലുള്ളവരുടെ കണ്ണുതുറപ്പിക്കാൻ ഞാനിനിയും വരും.

കരുണേട്ടൻ : വേണ്ട (*അലർച്ചയുടെ സ്വരത്തിൽ)* ഇനിയീ പടി ചവിട്ടിപ്പോകേണ്ട.

കുന്തിച്ചിരുന്ന് അപ്പോഴും ഏങ്ങലടിക്കുന്ന നിർമ്മലയെ കരുണേട്ടൻ സാവധാനം എഴുന്നേല്പിച്ച് നിർത്തുന്നു. എന്തുപറയണമെന്നറിയാതെ ശരീരത്തോടെ ചേർത്ത് നിർത്തി തഴുകുന്നു. നിർമ്മല നഷ്ടബോധത്തോടെ തേങ്ങിക്കരയുകതന്നെ.

കരുണേട്ടൻ : ഇതൊന്നും സത്യമല്ല കുട്ടീ, എല്ലാം ഓരോരോ മിഥ്യാഭ്രമങ്ങളാണ്. (*വേദനയോടെ*) എന്റെ മോൾ അവയ്ക്കു പിന്നാലെ പായരുത്. ഈ അച്ഛനത് സഹിക്കില്ല.

അപ്രതീക്ഷിതമായ ഒരു പ്രേരണയിൽ നിർമ്മല അച്ഛന്റെ കൈകളിൽ നിന്ന് സ്വയം വേർപെടുത്തുന്നു. തികഞ്ഞ അവജ്ഞയോടെ അച്ഛനെ പിന്നോട്ട് തള്ളിമാറ്റുന്നു.

അടക്കി നിർത്തിയ രോഷം പൊട്ടിത്തെറിക്കുന്നു.

നിർമ്മല : എനിക്കു കേൾക്കേണ്ട, ഈ വേദാന്തം കൊട്ടംചൂടിൽ. ഈയാംപാറ്റപോലെ ഞാൻ പൊരിഞ്ഞുചത്താലും അച്ഛനിതുതന്നെ പറയും. ഞാനൊരാൾ രക്ഷപ്പെടുന്നത് അച്ഛന് സഹിക്കില്ല. ഇതിലും ഭേദം എന്നെയങ്ങ് കൊല്ലുന്നതാ! (*ഉന്മാദിനിയെപ്പോലെ ഓടിച്ചെന്ന് അച്ഛന്റെ മുമ്പിൽ നിന്ന് പൊട്ടിക്കരയുന്നു*) ഉം കൊല്ല്! കൊല്ല്!

വന്യമായ ഒരു താളത്തിൽ, അകലെയെവിടെയോ, പെരുമ്പറകൾ മുഴങ്ങുന്നു. വെളിച്ചം പോലിയുന്നു.

ദൃശ്യം അഞ്ച്

തെരുവ്. പാഷയുടെ കട.

കടയ്ക്കു മുന്നിലെ റോഡിൽ ജനത്തിരക്കുണ്ട്. കുടചൂടി നടക്കുന്നവർ ആരുമില്ല. എല്ലാവരും തൊപ്പി ധരിച്ചിരിക്കുന്നു. ഉഷ്ണശമനിയുടെയും ശിശിരമുദ്രയുടെയും ഗുണഗണങ്ങളെപ്പറ്റിയുള്ള സംഭാഷണങ്ങൾ അസ്പഷ്ടമായി കേൾക്കാം. പാഷ, മുതലാളിയുടെ ഗമയിൽ യന്ത്രത്തിനടുത്ത് ഒരു കസേരയിട്ട് ഇരിപ്പാണ്. പ്രതാപൻ കടയിലെത്തിപ്പെട്ട ഒരു ഉപഭോക്താവിന് വേണ്ടി കമ്പ്യൂട്ടറിൽ പേരും മറ്റ് വിവരങ്ങളും 'ഫീഡ്' ചെയ്യുകയാണ്. തുടർന്ന് സൈറൺ വിളി. യന്ത്രത്തിന്റെ മുരൾച്ച. തൊപ്പി ധരിച്ച ഉപഭോക്താവ് പ്രതാപന് കാശെണ്ണിക്കൊടുത്ത് പാഷയോട് നന്ദി പറഞ്ഞ് നടന്നുമറയുന്നു. തെരുവിലെ ഏതോ പരിചയക്കാരനോട് (തൊപ്പി ധരിച്ചിട്ടുണ്ട് അയാളും) സന്തോഷം പങ്കിടുന്നു.

പാഷ : ഇന്ന് ബിസ്സിനസ്സ് പൊതുവെ ഡള്ളാണല്ലോ.

പ്രതാപൻ : അതിന് നഗരത്തിലെ തൊണ്ണൂറ്റി ഒൻപത് ശതമാനം ആളുകളും ഉഷ്ണശമനി വാങ്ങിക്കഴിഞ്ഞില്ലേ സാർ! പിന്നെ ചിലരൊക്കെ ആ ശിശിരമുദ്രയുടെ വലയിൽ വീണുപോയിട്ടുമുണ്ടാകും.

പാഷ : എന്നാലും കുറെയെണ്ണം കാണില്ലേ, ബാക്കി? നമ്മുടെ ഫീൽഡ് സ്റ്റാഫെല്ലാം എവിടെപ്പോയി? കുറച്ചുദിവസമായി ഒരുത്തനേം കാണാനില്ലല്ലോ.

പ്രതാപൻ : സാർ, അത്.. (*എന്തോ ശ്രദ്ധയിൽപെട്ടതുപോലെ ചാടിയെഴുന്നേറ്റ് ദൂരെ തെരുവിലേക്ക് നോക്കുന്നു*) സാർ, ജസ്റ്റ് എ മിനുട്ട് (*പുറത്തിറങ്ങി സൂക്ഷ്മമായി നിരീക്ഷിച്ച് ഉറപ്പു വരുത്തുന്നു. ധൃതിയിൽ തിരിച്ചുവന്ന് പാഷയുടെ ചെവിയിൽ എന്തോ പറയുന്നു. രണ്ടുപേരും അടക്കിച്ചിരിക്കുന്നു. പൂർവ്വ സ്ഥാനങ്ങളിലിരിക്കുന്നു*)

തെരുവിലൂടെ നിർമ്മല ഓടിക്കിതച്ച് വരുന്നു. ഉഷ്ണം താങ്ങാനാവാതെ വല്ലാതെ വിയർത്തും തളർന്നും എങ്കിലും മുഖത്ത് ഒരാവേശം കാണാനുണ്ട്.

നിർമ്മല : പ്രതാപേട്ടാ! ഹാവൂ! (*കിതയ്ക്കുന്നു. പാഷയെ നോക്കി പ്രസാദമഭിനയിച്ച്*) നമസ്കാരം സാർ.

പാഷ: നമസ്കാരം. ആരാ?

പ്രതാപൻ : സാർ, ഇത് നിർമ്മല, എന്റെ (അർദ്ധോക്തിയിൽ നിർത്തി പുഞ്ചിരിക്കുന്നു)

പാഷ : ഓഹോ! (*പാഷ നിർമ്മലയെ അടിമുടി നോക്കുന്നു. ആ നോട്ടത്തിൽ അവൾക്ക് വിഷമം തോന്നുന്നു. അവൾ ഒരല്പം മാറിനിൽക്കുന്നു*) ഇത്ര കാലമായിട്ടും നിർമ്മലയ്ക്ക് ഒരുഷ്ണശമനി സ്വന്തമാക്കാനായില്ല, അല്ലേ?

നിർമ്മല ജാള്യതയോടെ മുഖം കുനിക്കുന്നു.

പ്രതാപൻ : ഞാൻ പറഞ്ഞിട്ടാണ് സാർ, നിർമ്മല വന്നത് എന്റെ അക്കൗണ്ടിൽ... കടമായി... ഒരുഷ്ണശമനി.

പാഷ : എന്തു വിഡ്ഢിത്തമാണ് നിങ്ങളീപ്പറയുന്നത്. പ്രതാപൻ ! ആറേഴുകൊല്ലം കഴിയാതെ സ്വന്തം പേരിലുള്ള കടം വീട്ടാൻ തന്നെ നിങ്ങൾക്കു കഴിയില്ല. അതിനുപുറമെ മറ്റൊരാൾക്ക് ഇറ്റീസ് ഇമ്പോസിബിൾ!

നിർമ്മല ചൂളിപ്പോവുന്നു. കരച്ചിലിന്റെ വക്കിലാണവൾ. പ്രതാപനോട് നിശബ്ദമായി തലയാട്ടി അവൾ യാത്രയാവുന്നു.

പാഷ : മിസ് നിർമ്മല. ഇവിടെ വരൂ.

നിർമ്മല അടുത്തേക്ക് ചെല്ലുന്നു.

പാഷ : ഇരിക്കൂ

നിർമ്മല മടിച്ചു നിൽക്കുന്നു.

പാഷ : പ്ലീസ് ബീ സിറ്റഡ്!

നിർമ്മല ഇരിക്കുന്നു.

പാഷ : ഉഷ്ണശമനി കാലഘട്ടത്തിന്റെ ഒരാവശ്യമാണ്. നിർമ്മലയെപ്പോലുള്ള ശരീരസൗഭഗമുള്ള പെൺകുട്ടികൾക്ക് ഒരത്യാവശ്യവും. പക്ഷേ, പണമില്ല, അല്ലേ? ഇല്ലായ്മ ഇക്കാലത്ത് ഒന്നിനും പോംവഴിയോ ഉപാധിയോ അല്ല. എനിഹൗ, വിഷുഡ്സ് ഹിറ്റ് ദ നെയിൽ ഓൺ ദ ഹെഡ്സ്! അതു കൊണ്ട് എന്റെ സ്വന്തം ജാമ്യത്തിൽ ഞാൻ നിർമ്മലയ്ക്ക് ഒരുഷ്ണശമനി തരുന്നു. ഓർമ്മിക്കുക, എന്റെ സ്വന്തം റിസ്കിൽ! (ഫയലെടുത്ത് തുറക്കുന്നു. കുറെ കടലാസുകൾ നിരത്തിവെയ്ക്കുന്നു) ഇതാ, ഇവിടെ ഒപ്പിട്ടോളൂ.

നിർമ്മല ഒപ്പിടുന്നു.

പാഷ : (*പ്രതാപിനോട്*) മാറെടോ, നിർമ്മലയ്ക്ക് വേണ്ടി ഇന്ന് ഞാൻ തന്നെ ഓപ്പറേറ്റ് ചെയ്യാം. (*നിർമ്മലയോട്*) നെയിം വിത്ത് ഇനീഷ്യൽസ്?

നിർമ്മല : നിർമ്മല. ടി.കെ.

പാഷ : ഡെയിറ്റോഫ് ബർത്ത്?

നിർമ്മല : 28.12.71. (*അവൾ വല്ലാത്ത സന്തോഷത്തിലാണ്*)

പാഷ : ജന്മനക്ഷത്രം?

നിർമ്മല : രേവതി (*ചിരിക്കുന്നു*)

പാഷ : ബ്ലഡ്ഗ്രൂപ്പ്?

നിർമ്മല : (*ചിരിച്ച് കുഴയുന്നു*) ഓർമ്മയില്ല സാർ!

പാഷ : സാരമില്ല. ആ ഇടതുകൈ ഒന്നിങ്ങോട്ട് നീട്ടൂ

നിർമ്മല കൈ നീട്ടുന്നു. പാഷ കൈ അകവും പുറവും തിരിച്ചുനോക്കുന്നു. നിർമ്മല ചിരിച്ചുമറയുന്നു. നേർത്ത സംഗീതം പശ്ചാത്തലത്തിൽ. സൈറൺ വിളി. യന്ത്രം ശബ്ദിച്ചു തുടങ്ങുന്നു. നിർമ്മലയുടെ പൊട്ടിച്ചിരി.

നിർമ്മലയും പാഷയും കൈകോർത്ത് പിടിച്ച് പ്രത്യേക താളത്തിൽ ചലിച്ചു തുടങ്ങുന്നു. ചുവടുകൾക്കും സംഗീതത്തിലും പാശ്ചാത്യസ്വഭാവമുണ്ട്. യന്ത്രത്തെ വലം വച്ച് തൊപ്പി എടുക്കുന്നു. പാഷ താളാത്മകമായി അത് നിർമ്മലയെ അണിയിക്കുന്നു. നിർമ്മലയുടെ പൊട്ടിച്ചിരി. സ്വപ്നത്തിലെന്നോണം അവർ സ്വയം മറന്ന് ചലിക്കുകയാണ്. പ്രതാപൻ ഇത് കണ്ടുനില്ക്കുന്നു. അവന് ആനന്ദം അടക്കി നിർത്താനാവുന്നില്ല. അവൻ പിന്നരങ്ങിലേക്ക് ചാടിക്കയറി എവിടെനിന്നോ നീളമുള്ള ഒരു കുഴൽ തപ്പിയെടുത്ത് ചുണ്ടോട് ചേർക്കുന്നു. നൃത്തവിന്യാസങ്ങളോടെ താഴേക്ക് ചുവടുവയ്ക്കുന്നു. പാഷയുടെയും നിർമ്മലയുടെയും ചലനങ്ങൾക്കനുസരിച്ച് തലയാട്ടി കുഴൽ വിളിക്കുന്നു. അങ്ങനെ ചില നിമിഷങ്ങൾ. താളവും സംഗീതവും നിറഞ്ഞുനില്ക്കുന്ന ആ അന്തരീക്ഷത്തിലേക്ക് ആരോ വലിച്ചെറിഞ്ഞ ഒരു പഴംതുണിപോലെ തെരുവിൽ നിന്നും കരുണേട്ടൻ വന്നുവീഴുന്നു. പിന്നാലെ ഉറച്ച ചുവടുവയ്പുകളോടെ സുരേന്ദ്രനും കാഴ്ച കാണാനെന്നപോലെ കുറെ നഗരവാസികളും ഒത്തുകൂടുന്നു. വന്നുവീണിടത്തുനിന്നും ആയാസപ്പെട്ട് തലയുയർത്തി കരുണേട്ടൻ ചുറ്റം നോക്കുന്നു. നൃത്തം ചെയ്യുന്ന പോസിൽ പാഷയും നിർമ്മലയും, കുഴൽ വിളിക്കുന്ന പോസിൽ പ്രതാപനും നിശ്ചലരായി നിൽക്കുകയാണ്. കരുണേട്ടൻ സാവധാനം തലതാഴ്ത്തുന്നു. അക്കൂട്ടത്തിൽ തൊപ്പി ധരിക്കാത്ത ആൾ. കരുണേട്ടൻ മാത്രം. സുരേന്ദ്രൻ നടന്ന് ചെന്ന് പാഷയുടെ മുമ്പിൽ നിൽക്കുന്നു. ഭവ്യതയോടെ തലകുനിക്കുന്നു.

സുരേന്ദ്രൻ : ഞാൻ സുരേന്ദ്രൻ പറയുന്നതിൽ ലജ്ജയുണ്ട് സാർ.(കരുണേട്ടനെ ചൂണ്ടി) ഈ മനുഷ്യൻ ഞങ്ങളുടെ അച്ഛനാണ്, എന്റെയും നിർമ്മലയുടെയും! ഉഷ്ണശമനി സ്വീകരിക്കാൻ വിസമ്മതം കാണിക്കുന്ന നഗരത്തിലെ ഒരേയൊരു മനുഷ്യൻ. ഒരു പിടിവാശിയെന്ന നിലയിലാണ് പുള്ളി കാര്യങ്ങൾ കാണുന്നത്. പക്ഷേ, മറ്റുള്ളവർക്കും തലയുയർത്തി ജീവിക്കേണ്ടതുണ്ടല്ലോ! (പാഷ തലയാട്ടുന്നു. പ്രതാപൻ രണ്ടുപേരെയും ഒന്ന് നോക്കി പുഞ്ചിരിയോടെ)

നാളെ ഒരു പക്ഷേ, എന്റെ സഹോദരിയോടൊപ്പം എന്റെ വീട്ടിൽ വരാൻ യോഗ്യതയുള്ള ഒരു മാന്യനാണ് താങ്കൾ! ഉഷ്ണ ശമനി ധരിക്കാത്ത ഒരാൾ വീട്ടിലുണ്ടാകുന്നത് താങ്കൾക്ക് സങ്കല്പിക്കാൻ കഴിയുമോ?

പാഷ : നോ, നെവർ!... പക്ഷേ, മിസ്റ്റർ സുരേന്ദ്രൻ, സ്വന്തം ശബ്ദത്തിൽ പേരും മറ്റുവിവരങ്ങളും കമ്പ്യൂട്ടറിന് 'ഫീഡ്' ചെയ്യാതെ ഒരാൾക്ക് ഉഷ്ണശമനി നൽകാൻ യന്ത്രം തയ്യാറാവില്ല.

സുരേന്ദ്രൻ : നിർബന്ധിച്ചു ചെയ്യിക്കേണ്ടി വരും. വഴങ്ങാതിരിക്കുമെന്ന് തോന്നുന്നില്ല.

പാഷ : ലെറ്റസ് ട്രൈ!

പാഷയും പ്രതാപനും സുരേന്ദ്രനും ചേർന്ന് കരുണേട്ടനെ സമീപിക്കുന്നു. കാണികൾ ചുറ്റും കൂടുന്നു. അവരിൽ ചിലരുടെ തലയിൽ ശിശിരമുദ്രയും കാണാം സുരേന്ദ്രൻ കരുണേട്ടന്റെ തോളിൽ പിടിക്കുന്നു.

കരുണേട്ടൻ : (*കുതറിയെഴുന്നേറ്റ്*) എന്നെ തൊട്ടുപോകരുത്. എന്നെ ആരും തൊട്ടുപോകരുത്. എനിക്ക് ഉഷ്ണശമനി വേണ്ട. ശിശിര മുദ്രയും വേണ്ട. എനിക്കുഷ്ണമില്ല. അല്ലെങ്കിൽ... ഞാനീ ഉഷ്ണം സഹിച്ച് മരിക്കുവോളം ജീവിച്ചുകൊള്ളാം.. നിങ്ങൾക്ക് ശല്യമാകുമെങ്കിൽ... മറ്റെവിടെയെങ്കിലും പോയി... ആരുമറിയാതെ. .. (*കരുണേട്ടന്റെ ശരീരത്തിലെ പിടി മുറുകുന്നു*) എന്നെ വിടൂ! (*ശബ്ദമുയർത്തി*) എന്നെ വിടാൻ(*കുതറി സ്വതന്ത്രനാവുന്നു*)

പാഷ : മിസ്റ്റർ കരുണൻ! (*അനുനയസ്വരത്തിൽ)* ബി എ ബ്രേവ് ബോയ് കാലഘട്ടത്തിന്റെ ആവശ്യത്തിന് വശംവദനാകുന്നതിൽ അഭിമാനിക്കുകയല്ലേ വേണ്ടത്?

സുരേന്ദ്രൻ പ്രതാപനോടും കൂടി നിന്നവരോടും കണ്ണുകാണിക്കുന്നു. എല്ലാവരും ചേർന്ന് അയാളെ പൊതിയുന്നു. പൊക്കിയെടുത്ത് കമ്പ്യൂട്ടറിന് മുന്നിലുള്ള സ്റ്റൂളിലിരുത്തുന്നു. പാഷ നാടകീയമായി ചെന്ന് ചോദ്യങ്ങൾ ചോദിക്കാൻ തയ്യാറായി നിൽക്കുന്നു.

പാഷ : പേര്?

കരുണേട്ടൻ മൗനം

നിർമ്മല : പേര് പറയ്, അച്ഛാ.

പ്രതാപൻ : കരുണേട്ടാ. പേര് പറ!

സുരേന്ദ്രൻ : (*ശബ്ദമുയർത്തി*) ഉം, പേര് പറഞ്ഞുകൊടുക്കാൻ !

പാഷ : ഓൾ ഓഫ് യൂ. സൈലൻസ് പ്ലീസ്! ഹി വിൽ സെ! (*കരുണേട്ടനോട്*) പേര്?

കരുണേട്ടൻ തലയുയർത്തി എല്ലാവരെയും നോക്കുന്നു.

പെട്ടെന്ന് നാടകാരംഭത്തിലെന്നതുപോലെ തെരുവിൽ ഉഷ്ണക്കാറ്റിന്റെ ചൂളംവിളി ഉയരുന്നു. പ്രചണ്ഡമായി അത് വീശിയടിക്കുന്നു. കരുണേട്ടനൊഴികെ എല്ലാവരും പതറുന്നു. 'അയ്യോചൂട്, ചൂട്'' എന്ന് അറിയാതെ നിലവിളിക്കുന്നു.

ഇപ്പോൾ രംഗവേദി നിറയെ തൊപ്പികൾ ധരിച്ച ജനക്കൂട്ടം ഉഷ്ണം സഹിക്കാതെ പരക്കം പായുകയാണ്. കാറ്റിന്റെ താണ്ഡവം മൂർച്ഛിക്കുന്നു. തൊപ്പികൾ ഉപയോഗശൂന്യമായി തെരുതെരെ പറക്കുന്നു. കരുണേട്ടൻ മാത്രം അക്ഷോഭ്യനായി കാറ്റിനെ നേരിടുന്നു. കരുണേട്ടൻ രംഗപുരോഭാഗത്താണ്. തൊപ്പി ധരിക്കാത്ത ഉഷ്ണത്തിന്റെ ഇരകളുടെ നേർക്ക് അയാൾ കയ്യുയർത്തുന്നു.

കരുണേട്ടൻ : ഇതാ. മറ്റൊരു ഉഷ്ണക്കാറ്റ്! കരുതലുകളെയും സുരക്ഷകളെയും കടപുഴക്കിയെറിയുന്ന ഈ കാറ്റ്, പക്ഷേ, ആ പഴയ കാറ്റല്ല. പതിവുപോലെ ഈ കാറ്റും ശമിച്ചേക്കാം. പക്ഷേ ഉഷ്ണം പിന്നെയും ബാക്കിയാവും.

കരുണേട്ടൻ പാഷയുടെ നേരെ തിരിയുന്നു. അയാളെ രണ്ടടി മുന്നോട്ടു നയിക്കുന്നു. ഉഷ്ണശമനി വാങ്ങി ചുഴറ്റിയെറിയുന്നു.

കരുണേട്ടൻ : ഈ ഉഷ്ണത്തെ നേരിടാൻ നിങ്ങളുടെ ഉഷ്ണശമനികൾക്കോ ശിശിരമുദ്രകൾക്കോ ആവില്ല. പുതിയവ നിങ്ങൾ കണ്ടുപിടിച്ചേക്കാം. എന്നാലുമാവില്ല! (രംഗത്തുള്ളവർ ഒരു പ്രത്യേക കൊമ്പിനേഷനിൽ കൂടിച്ചേരുന്നു. ചൂടിൽ വെന്തുരുകിയ പ്രതീതി. കരുണേട്ടൻ നിശ്ശബ്ദനായി നോക്കി നിൽക്കുന്നു. മുന്നരങ്ങിലെത്തി സദസ്സിനെ അഭിസംബോധന

ചെയ്യുന്നു) മഹാമാരിയിൽപ്പെട്ട എലികളെപ്പോലെ മനുഷ്യർ കൂട്ടംകൂട്ടമായി പിടഞ്ഞൊടുങ്ങുന്നതുകാണാൻ, ഒടുവിൽ ഞാൻ മാത്രം ബാക്കിയായി! ദൈവമേ, ഈ ഭൂമിയിൽ, ഉഷ്ണകാലത്തിന് അവസാനമില്ലേ?

വാണിഭം

കഥാപാത്രങ്ങൾ

ഹിരണ്യൻ : നാല്പതു വയസ്സ്

കഥാപാത്രം- ഒന്ന് : പുരുഷൻ

കഥാപാത്രം – രണ്ട് : പുരുഷൻ

കഥാപാത്രം – മൂന്ന് : പുരുഷൻ

കഥാപാത്രം — നാല് : പുരുഷൻ

കഥാപാത്രം — അഞ്ച് : സ്ത്രീ

രതീശൻ : മുപ്പതുവയസ്സ്

കമലമ്മ : നാല്പത്തി എട്ടു വയസ്സ്

ശിരിരാജ് : അമ്പത്തി എട്ടു വയസ്സ്

മോഹിനി : ഇരുപത്ത് രണ്ടു വയസ്സ്

ശ്രുപേഷ് : മുപ്പത് വയസ്സ്

രാംദാസ് മേനോൻ : അറുപത്തിരണ്ടു വയസ്സ്

ജോസുകുട്ടി : പതിനെട്ടു വയസ്സ്

കൂടാതെ മറ്റുചിലരും

അവതരണസമയം – ഒന്നരമണിക്കൂർ

ദൃശ്യം – ഒന്ന്

ഹരിണ്യന്റെ ലോഡ്ജ് മുറി.

രാത്രി.

ചെറിയ ഒരെഴുത്തുമേശയും കസേരയും മറ്റ് അത്യാവശ്യവസ്തുക്കളും മാത്രമേ മുറിയിലുള്ളൂ. ചേരിപ്രദേശത്തോട് ചേർന്നുകിടക്കുന്ന ആ മുറിയിലേക്ക് പുറത്തുനിന്നുള്ള ബഹളങ്ങളും സംസാരവുമെല്ലാം അസ്പഷ്ടമായി കടന്നുവരുന്നുണ്ട്.

കർട്ടനുയരുമ്പോൾ, പിന്നരങ്ങിനോട് ചേർത്തിയിട്ട കസേരയിലിരുന്ന് ഇടതുകൈകൊണ്ട് മുഖം താങ്ങി എന്തോ എഴുതുവാനുള്ള ശ്രമത്തിലാണ് ഹിരണ്യൻ. ഒട്ടും തൃപ്തമല്ലാത്ത ഒരു ഭാവത്തിലാണ് അയാളുടെ ഇരിപ്പ്.

തെരുവിൽ നിന്നുള്ള ശബ്ദങ്ങൾ കുറേക്കൂടി സ്പഷ്ടമായി കേട്ടുതുടങ്ങുന്നു. മദ്യപിച്ച് ബഹളം വയ്ക്കുന്ന ഒരാൾ, അയാളുടെ ശബ്ദത്തെ മുക്കിക്കളയുന്ന വിധത്തിൽ ഒരു കുട്ടിയുടെ കരച്ചിൽ. വൃത്തികെട്ട ഭാഷയിൽ ഭർത്താവിനെ ചീത്തവിളിക്കുന്ന ഒരു സ്ത്രീ. വെല്ലുവിളിക്കുന്ന മറ്റൊരു പുരുഷസ്വരം. പിരാക്കും വേദനയും കലർന്ന ശബ്ദത്തിൽ ഉച്ചത്തിൽ ശപിക്കുന്ന ഒരു തള്ള. നിമിഷങ്ങളോളം നീളുന്ന ചേരിയിലെ നിശാജീവിതത്തിന്റെ ഒരു ശബ്ദചിത്രം.

ഹരിണ്യൻ ശബ്ദം കേട്ട് കസേരയിൽ നിന്ന് എഴുന്നേൽക്കുന്നു. ഇടതുവശത്തെ ജനലിന് സമീപം ചെന്ന് നിന്ന് വെളിയിലേക്ക് നോക്കുന്നു.

പുറത്തെ ബഹളം സാവധാനം ഒടുങ്ങി അന്തരീക്ഷം നിശ്ശബ്ദമാവുന്നു. ഹിരണ്യൻ എഴുത്തുമേശയിലേക്ക് മടങ്ങുന്നു. പേന കയ്യിലെടുക്കുന്നു. സാമാന്യത്തിലധികം വലിപ്പമുള്ള ഒന്നാവാം അത്. നിവർത്തിപ്പിടിച്ച പേന, വലിയ ഭാരമുള്ള ഒരു വസ്തുവെന്നപോലെ കണ്ണുകൾക്കുനേരെ ഉയർത്തിപ്പിടിക്കുന്നു. പേന അയാളുടെ കയ്യിലിരുന്നുലയുന്നു. അദൃശ്യമായ ഏതോ സംഘശക്തിയോടു പൊരുതുന്നതുപോലെ അയാൾ ഇടതു കൈ ചേർത്ത് പേന തന്നിലേക്ക് വലിച്ചടുപ്പിക്കാൻ വൃഥാ ശ്രമിക്കുന്നു.

വെളിച്ചം പൊലിയുന്നു.

വെളിച്ചം തെളിയുമ്പോൾ ഹിരണ്യനെ വളഞ്ഞുനിൽക്കുന്ന അഞ്ചുകഥാപാത്രങ്ങൾ, അഞ്ചുപേരും പേനയിൽ പിടിമുറുക്കിയിരിക്കുകയാണ്. അവരിൽ നിന്ന് പേന സ്വന്തമാക്കാൻ മരണവെപ്രാളത്തോടെ പാടുപെടുന്ന ഹിരണ്യൻ. കഥാപാത്രങ്ങൾ ഹിരണ്യനെയും വലിച്ച് വേദിയിലൂടെ ചലിക്കുന്നു. മുന്നരങ്ങിലും പിന്നരങ്ങിലുമായി വേദിയുടെ വ്യത്യസ്ത കോണുകളിലേക്ക് അയാൾ വലിച്ചിഴക്കപ്പെടുന്നു.

ഒടുവിൽ രംഗമദ്ധ്യത്ത് വച്ച് ഹരിണ്യന്റെ പിടി വിട്ടുപോവുന്നു. ആ വലിയുടെ ഊക്കിൽ അയാൾ പിന്നോക്കം മലർന്നു വീഴുന്നു. കഥാപാത്രങ്ങളിലൊരാൾ പേന സ്വന്തമാക്കുന്നു. ഹിരണ്യൻ സാവധാനം എഴുന്നേൽക്കുന്നു. വിശ്വാസം വരാത്തതുപോലെ കഥാപാത്രങ്ങളെ നോക്കുന്നു. അവരിലൊരാൾ സ്ത്രീയാണ്. എല്ലാവരും അയഥാർത്ഥ പ്രതീതി ജനിപ്പിക്കുന്ന നീണ്ട വെള്ള വസ്ത്രങ്ങൾ. അഞ്ചുപേരും കാഴ്ചയിൽ ഏതാണ്ട് ഒരു പോലെയിരിക്കും.

ഹിരണ്യൻ : (*നിസ്സഹായനായി*) എന്റെ പേന!

കഥാപാത്രം - അഞ്ച്(സ്ത്രീ) : (രോഷത്തോടെ) എനിക്കു കാണണ്ട, നിങ്ങളുടെ ഈ വൃത്തികെട്ട മോന്ത!

കഥാപാത്രം – ഒന്ന് : (*പേന പിന്നിലേക്ക് പിടിച്ച്*) വേണ്ട മാഷേ, ഈ കളി മതിയാക്കാൻ സമയമായി.

കഥാപാത്രം – രണ്ട് : ഇതിപ്പോൾ പന്ത്രണ്ടാമത്തെ നാടകമാണ്. വേണ്ട ഇനിയും ഞങ്ങളെ വിറ്റ് കാശാക്കേണ്ട.

കഥാപാത്രം – മൂന്ന്: ഹിരണ്യൻ സാറേ, ഞങ്ങളൊക്കെ കഥാപാത്രങ്ങളാണെന്നത് ശരി. എന്നുവച്ച് ഈ നാണം കെട്ട പണിക്ക് ഇനിയും കൂട്ടുനിൽക്കാൻ വയ്യ.

കഥാപാത്രം – നാല് : ഇയാള്, ഈ ചേരീടെ അറ്റത്ത്, ഈ വാടക മുറീല് താമസമാക്കീട്ട് വർഷം നാലായി. ഇതിനെടേല് നമ്മളെക്കൊണ്ട് എന്തെല്ലാം വിഡ്ഢിവേഷം കെട്ടിച്ചു!

ഹരിണ്യന് സ്വന്തം കാതുകളെ വിശ്വസിക്കാനാവുന്നില്ല. സംഭാഷണങ്ങൾക്കിടയിൽ അയാൾ ഓരോരുത്തരെയും സമീപിക്കുന്നു. യാചനാഭാവത്തിൽ നോക്കുന്നു. കഥാപാത്രങ്ങളുടെ മുഖങ്ങളിലെ പ്രകടമായ നീരസം കണ്ട് അയാൾ ഞെട്ടുന്നു.

ഹിരണ്യൻ : (*ദയനീയമായി*) എന്നെ വെറുക്കരുത്... നിങ്ങളില്ലാതെ എനിക്കാരാണുള്ളത്? .... കുടുംബമോ ബന്ധുക്കളോ കൂട്ടുകാരോ ഇല്ലാതെ ഈ ചേരിയിൽ ഏകനായി ഞാൻ ജിവിക്കുന്നത് ആർക്കു വേണ്ടിയാണ്? നിങ്ങളുടെ സുഖത്തിലും ദുഃഖത്തിലും നിങ്ങളോടൊപ്പം എന്നും ഞാനുണ്ടായിരുന്നില്ലേ?

കഥാപാത്രം – മൂന്ന് : കള, മാഷേ! ഇതൊക്കെ ഞങ്ങള് കുറേ കേട്ടതല്ലേ?

കഥാപാത്രം – ഒന്ന് : കഴിഞ്ഞ പതിനൊന്ന് നാടകങ്ങളിലും ഞാനുണ്ടായിരുന്നു. ഒന്നുകിൽ കള്ളുകുടിയൻ, അല്ലെങ്കിൽ വ്യഭിചാരി, അല്ലെങ്കിൽ കൂട്ടിക്കൊടുപ്പുകാരൻ, അല്ലെങ്കിൽ ബ്രോക്കർ, അല്ലെങ്കിൽ...

വെളിച്ചം പൊലിയുന്നു.

വെളിച്ചം വീണ്ടും തെളിയുമ്പോൾ കഥാപാത്രം – ഒന്ന് ഒരു കള്ളുകുടിയന്റെ വേഷത്തിൽ ആടിയാടി രംഗത്തേക്കു വരുന്നു. കഥാപാത്രം അഞ്ച് (*സ്ത്രീ*) അയാളിൽ നിന്ന് ഓടിയൊളിക്കാനുള്ള ശ്രമമാണ്. ഭർത്താവ്, ഭാര്യയെ മുടിക്കുത്തിന് പിടിച്ച് വലിച്ചിഴച്ച് രംഗമദ്ധ്യത്തിലേക്ക് കൊണ്ടുവരുന്നു.

കാലുയർത്തി അവളെ തൊഴിക്കാനോങ്ങുന്നു.

കഥാപാത്രം – ഒന്ന് : എവിടെടീ അവൻ ? (വേച്ചു വീഴാൻ നോക്കുന്നു. അഴിയുന്ന ഉടുമുണ്ട് നേരെയാക്കി നിർത്താൻ പാടുപെടുന്നു)

കഥാപാത്രം – അഞ്ച് : (*കൂസലില്ലാതെ*) ആര്?

കഥാപാത്രം – ഒന്ന് : നിന്റെ മറ്റവൻ !

കഥാപാത്രം – അഞ്ച്: മറ്റവനോ! ഇവിടെ ഒരുവനും വന്നിട്ടില്ല. (അസ്പഷ്ടശബ്ദത്തിൽ ശാപവാക്കുകൾ ഉച്ചരിക്കുന്നു)

കഥാപാത്രം – ഒന്ന് : നീ പറയില്ല, അല്ലെടീ?

കഥാപാത്രം ഒന്ന് സ്ത്രീയെ ആഞ്ഞു ചവിട്ടുന്നു. സ്ത്രീയുടെ നിലവിളി.

വെളിച്ചം മങ്ങിത്തെളിയുമ്പോൾ മുന്നെപ്പോലെ ഹിരണ്യനും അഞ്ചു കഥാപാത്രങ്ങളും.

കഥാപാത്രം – ഒന്ന് : (*പുച്ഛത്തോടെ*) ഇതല്ലേ, നിന്റെ 'നാ.... ടകം!' കള്ളു ഞാൻ കുടിക്കാറുണ്ട്. വല്ലപ്പോഴും, ഒരു പെണ്ണിന്റെം ചൂട് തേടിപ്പോയിട്ടുമുണ്ട്. പക്ഷേ, താൻ എന്നെയിട്ട് നടത്തുന്ന ഈ നാണ കെട്ട കളിയുണ്ടല്ലോ. അതിന് ഞാനില്ല!... (*നിറഞ്ഞ വേദനയോടെ*) ഉള്ളിൽ തട്ടുന്ന ഒരു വാക്ക്, താനെപ്പോഴെങ്കിലും എന്റെ നാവിൽ വച്ചു തന്നിട്ടുണ്ടോ? സത്യത്തെ നേർക്കുനേരെ കാണുന്ന ഒരു നിമിഷം താനെനിക്കുണ്ടാക്കിത്തന്നിട്ടുണ്ടോ? തനിക്കുവേണ്ടി പതിനൊന്നു തവണ വേഷം കെട്ടിയാടീട്ടും എന്റെ മനസ്സെന്താണെന്ന് താനറിഞ്ഞിട്ടുണ്ടോ? (നിർത്തി, അമർഷത്തോടെ) അല്ലെങ്കിൽ, ഈ മനസ്സും മരണവുമൊക്കെ, നിങ്ങൾ, നാടകമെഴുതുന്ന കോന്തൻമാർക്കു മാത്രമുള്ളതല്ലേ?

ഹിരണ്യൻ : (*വിവശനായി*) ഇങ്ങനെ പറയരുത്.. എന്റെ ആത്മാവിന് ഞാൻ നിങ്ങൾക്കു നൽകിയ സ്ഥാനം, എന്റെ ദൈവമേ നിങ്ങൾ അറിഞ്ഞിരുന്നെങ്കിൽ!

കഥാപാത്രം – അഞ്ച് : (*രോഷത്തോടെ*) ആത്മാവ്! നിങ്ങളുടെ ഏതു കഥാപാത്രത്തിനുണ്ട് ഈ പറഞ്ഞ സാധനം!.... അമ്മയായും ഭാര്യയായും കാമുകിയായും വെപ്പാട്ടിയായും മാറി മാറി നിങ്ങളെന്നെ ഉപയോഗിച്ചു. പെണ്ണെന്ന് പറഞ്ഞാൽ, ശൃംഗരിക്കാനും കണ്ണീരൊലിപ്പിക്കാനും,

തുണിയഴിക്കാനും മാത്രമറിയുന്ന ഒരു കുഞ്ഞുപാവയല്ലേ, നിങ്ങൾക്ക്?

വെളിച്ചം പൊലിയുന്നു.

വെളിച്ചം തെളിയുമ്പോൾ രംഗത്ത് കഥാപാത്രം – അഞ്ചും കഥാപാത്രം-രണ്ടും മാത്രം. നാടകങ്ങളിലെ കാമുകീകാമുകന്മാരുടെ സ്ഥിരം വേഷത്തിൽ, ഒരു പ്രേമരംഗം അഭിനയിക്കുകയാണവർ.

കഥാപാത്രം – അഞ്ച് : അപ്പോൾ, നിഴലുകൾക്കു പിന്നാലെയുള്ള ഒരു മിഥ്യാടനമായിരുന്നുവോ, ദേവേട്ടാ, എന്റെ ജീവിതം സ്വപ്നം കാണാനുള്ള എന്റെ അവകാശം പോലും ചേട്ടൻ നിഷേധിക്കുകയാണോ?

കഥാപാത്രം –രണ്ട് : (*കൃത്രിമമായ ഭാവഹാവാദികളോടെ*) അല്ല, സുമേ. ഒരു ഭീരുവെപ്പോലെ നിന്റെ സ്നേഹത്തിൽ നിന്ന് ഒളിച്ചോടാൻ ഞാനാഗ്രഹിക്കുന്നില്ല. പക്ഷേ, നമ്മുടെ യഥാർത്ഥ്യങ്ങൾ വ്യത്യസ്തമാണ്. അതു നാം അംഗീകരിച്ചേ പറ്റൂ. (*അതിഭാവുകത്വം കലർന്ന ചേഷ്ടയിലും സ്വരത്തിലും*) അതുകൊണ്ട്... അതുകൊണ്ട്... നമുക്കിവിടെ വച്ചു പിരിയാം.!

കഥാപാത്രം- അഞ്ച് : (*പൊട്ടിക്കരഞ്ഞുകൊണ്ട്*) ഈ ജന്മം അതിനെനിക്കാവില്ല, ദേവേട്ടാ! എന്റെ ആത്മാവും ശരീരവും.

വെളിച്ചം പൊലിയുന്നു.

വീണ്ടും വെളിച്ചം തെളിയുമ്പോൾ, ഈ ദൃശ്യം കണ്ട് പൊട്ടിച്ചിരിക്കുന്ന കഥാപാത്രങ്ങൾ. ഒരു കുറ്റവാളിയെപ്പോലെ തലകുനിച്ചു നില്ക്കുന്നു ഹിരണ്യൻ.

കഥാപാത്രം – അഞ്ച് : ഇക്കാലത്ത് ഏത് വെള്ളരിക്കാപ്പട്ടണത്തിലുണ്ടാവും ഇതുപോലെ നാണം കെട്ട ഒരു പെണ്ണ്! തന്റെ തൊലിക്കട്ടി സമ്മതിക്കണം!

ഹിരണ്യൻ : (*ആലോചിച്ചു നിൽക്കുന്നു*) ഒരു വീണ്ടുവിചാരത്തിന് എന്നെ പ്രേരിപ്പിക്കാനാണ് നിങ്ങൾ വന്നതെങ്കിൽ എനിക്ക് സന്തോഷമേയുള്ളൂ. എന്തു വിട്ടുവീഴ്ചയ്ക്കും ഞാൻ തയ്യാറാണ്. പക്ഷേ, ഒരു ശത്രുവെപ്പോലെ നിങ്ങളെന്നെ

കാണരുത്. (*ദയനീയമായി*) എനിക്കിത് സഹിക്കാനാവു ന്നില്ല!

കഥാപാത്രം-നാല് : വേണ്ട, ചിണുങ്ങണ്ട! സഹതാപം താനർഹി ക്കുന്നില്ല. ഞങ്ങളുടെ ജീവിതത്തിന്റെ വിധാതാവായിത്തീ രാൻ തനിക്കിനി യാതൊരർഹതയുമില്ല!

കഥാപാത്രം-ഒന്ന്: ചേരിയിലെ ജീവിതത്തെക്കുറിച്ചെഴുതി പേരും പെരുമയും നേടിയ മഹാനായ നാടകകൃത്തല്ലേ! ഒരുപാട് കാശും താനുണ്ടാക്കി. (*പുച്ഛത്തിൽ*) എടോ, സത്യം പറയ്! ഞങ്ങളുടെ ശരിക്കുള്ള ജീവിതമെന്തെന്ന് താനറിഞ്ഞിട്ടു ണ്ടോ?

കഥാപാത്രം-മൂന്ന് : ദുരിതങ്ങളുടെ ചളിക്കുണ്ടിൽ, നട്ടു നിവർത്താ നാവാതെ, പുഴുക്കളെപ്പോലെ ഇഴയുന്ന ഈ ജന്മങ്ങളുടെ പൊരുൾ താനെന്നെങ്കിലും മനസ്സിലാക്കാൻ ശ്രമിച്ചി ട്ടുണ്ടോ?

കഥാപാത്രം –രണ്ട് : (*ശബ്ദമുയർത്തി*) ഞങ്ങളുടെ പാട്ടും ദുരിതവും കണ്ണീരും വച്ച് ഇത്രകാലവും താൻ കച്ചവടം ചെയ്യുകയാ യിരുന്നു. ഇനി അതു പറ്റില്ല. ഞങ്ങളെ വെറുതെ വിട്ടേക്കൂ!

കഥാപാത്രം-ഒന്ന് : (അത്യുച്ചത്തിൽ) എഴുത്തുകാരന്റെ സ്വാതന്ത്ര്യം ഇനിയുമിങ്ങനെ വ്യഭിചരിക്കപ്പെടാൻ ഞങ്ങൾ കൂട്ടുനിൽ ക്കില്ല.(*പേന ഒരു മൂലയിലേക്ക് വലിച്ചെറിഞ്ഞ്*) ഇതാ, ഇനിയീ പേന ചവറ്റുകൊട്ടയിലേക്ക്!

ഹിരണ്യൻ നിശബ്ദനായി നിലവിളിക്കുന്നു. 'അരുതേ' എന്ന് കൈകൊണ്ട് വലിക്കുന്നു. അയാൾക്ക് തടയാൻ കഴിയുന്നതിനുമുമ്പ്, ഒരു കൊടുങ്കാറ്റിന്റെ വേഗത്തിൽ വട്ടം കറങ്ങി കഥാപാത്രങ്ങൾ അപ്രത്യക്ഷരാകുന്നു.

വെളിച്ചം പൊലിയുന്നു.

വെളിച്ചം തെളിയുമ്പോൾ അയഥാർത്ഥമായ അന്തരീക്ഷമി ല്ല. മേശയ്ക്കുപിറകിൽ, മുന്നോട്ടു നീട്ടിപ്പിടിച്ച കൈകളുമായി ഹിരണ്യൻ നിശ്ചലനായി നിൽക്കുന്നു. കയ്യിലിപ്പോൾ പേനയില്ല. കൈകൾ പിൻവലിച്ച് ദീർഘനിശ്വാസ ത്തോടെ അയാൾ ഒട്ടുനേരം വിരലുകളിലേക്ക് നോക്കി

നിൽക്കുന്നു. സാവധാനം മുന്നോട്ടു നടക്കുന്നു. ചേരിയിലേക്ക് തുറന്നു വച്ചിരിക്കുന്ന ജാലകം ശബ്ദത്തോടെ വലിച്ചടക്കുന്നു.

ഒരു സിഗരറ്റെടുത്ത് കത്തിക്കുന്നു. അസ്വസ്ഥനും ഏകാകിയുമായി ഒട്ടു നേരം നടക്കുന്നു. തിരിച്ച് മേശയുടെ അരികിലേക്ക് ധൃതിയിൽ നടക്കാൻ തുടങ്ങവേ, വാതിലിൽ മുട്ടു കേൾക്കുന്നു.

പിൻതിരിഞ്ഞ് നടന്നുചെന്ന് വാതിൽ തുറക്കുന്നു.

രതീശൻ പ്രവേശിക്കുന്നു ദിവസങ്ങളായി വെള്ളം കാണാത്ത ചപ്രത്തലമുടി. മുഷിഞ്ഞുനാറിയ ജീൻസും ഷർട്ടും മദ്യപാനം കൊണ്ട് ഇടുങ്ങിച്ചുവന്ന കണ്ണുകൾ. കരുവാളിച്ച മുഖം. അറപ്പുതോന്നിക്കുന്ന താടി. ഭാവവും ചലനങ്ങളും ആകപ്പാടെ ഒരു മനോരോഗിയുടെതാണ്. ഭയപ്പെടുത്തുന്ന എന്തോ ഒന്ന് അയാളുടെ മുഖത്തുണ്ട്.

ഹിരണ്യൻ ഞെട്ടി പുറകോട്ടു മാറുന്നു.

ഹിരണ്യൻ : ആരാ?

രതീശൻ : ഞാൻ കഥാപാത്രമല്ല. പേര് രതീശൻ (*ചിരിക്കുന്നു*) ബട്ട്, നോ സെക്സ് അറ്റോൾ!

ഹിരണ്യൻ : (*മടിച്ച്*) ഇപ്പോൾ?..... ഇവിടെ?...

രതീശൻ : (*ചോദ്യം അവഗണിച്ച്*) ജോണിനെ കൊന്നതാരാണ്?

ഹിരണ്യൻ : ഞാനല്ല. എനിക്കദ്ദേഹത്തെ പരിചയമുണ്ടായിരുന്നില്ല.

രതീശൻ : (*ചുണ്ടുകോട്ടി, മദ്യപൻമാർ ചെയ്യുന്നതുപോലെ 'ഓ' എന്ന വികൃതശബ്ദം ഉണ്ടാക്കുന്നു*) പക്ഷേ, ജോൺ മരിച്ചിട്ടില്ല.

ഹിരണ്യൻ : അതെ, ജോണിന്റെ ജീവിതം ആടിത്തീർക്കാൻ പാടുപെടുന്ന കുറെ അവതാരങ്ങളുണ്ടെന്ന് കേട്ടിട്ടുണ്ട്.

രതീശൻ : ഉണ്ടാവാം ഞാനതല്ല. (*നിർത്തി, വികാരപൂർവ്വം*) പക്ഷേ, ജോൺ.... ജോണിനെ കൊന്നത് ഞാനാണെന്ന് ഇന്നലെ അവർ പറഞ്ഞു. (*കരയുന്നു*) എന്റെ ജോണിനെ!

ഹിരണ്യൻ : (*അടിമുടി നോക്കി*) കണ്ടിട്ട് അങ്ങനെ തോന്നുന്നു.

രതീശൻ : (*ദയനീയമായി*) അല്ല സാർ... അതാണ് സാർ എന്റെ

കുഴപ്പം! തെറ്റിദ്ധരിക്കപ്പെടുക എന്നതാണ് എന്റെ വിധി... (*സ്വന്തം ശരീരത്തിലേക്ക് ഹിരണ്യന്റെ ശ്രദ്ധതിരിച്ച്*) ഈ നിലയ്ക്ക് ഒരു കഥാപാത്രമാവാൻ പോലും യോഗ്യത എനിക്കില്ലെന്നറിയാം. പലവട്ടം അരങ്ങുതകർത്താടിയ ഒരു സ്ഥിരം വേഷം!.... ദാറ്റ് സെയിം റച്ചഡ് ഫെയിസ്!.... പക്ഷേ, ഞാൻ!.... ഞാനീ കാണുന്നതല്ല സാർ! എനിക്ക് സുഖമില്ലെന്ന് അവർ പറയുന്നു. ബട്ട് അയാം നോർമൽ! എസ് നോർമൽ എസ് എ കോർപ്സ് (*corpse*)! (ചിരിക്കുന്നു)

ഹിരണ്യൻ : (*അമ്പരന്ന്*) നിങ്ങളെവിടെയാണ് താമസം! ഞാനിതിനുമുമ്പ് കണ്ടിട്ടില്ലല്ലോ.

രതീശൻ മറുപടി പറയാതെ വലിയ കീശയിൽ കയ്യിട്ടുതപ്പി ഒരു മുറി ബീഡി കണ്ടെടുക്കുന്നു. ഹരിണ്യന്റെ നേരെ തീയ്യിനായി കൈ നീട്ടുന്നു. ഹിരണ്യൻ, വലിച്ചുകൊണ്ടിരുന്ന സിഗരറ്റ് കൊടുക്കുന്നു. രതീശൻ 'എക്സ്ക്യൂസ് മി' എന്നു പറഞ്ഞുകൊണ്ട് ഹിരണ്യന്റെ സിഗരറ്റ് ചുണ്ടിൽ വച്ച് ആർത്തിയോടെ വലിക്കുന്നു. മുറിബീഡി വളരെ ക്ലേശിച്ച് കീശയ്ക്കകത്ത് ഇടുന്നു.

രതീശൻ : എനിക്ക് സാറിനെ അറിയാം. (*വലതുവശത്തെ ജനാലയിലേക്ക് ചൂണ്ടി*) സാർ അടച്ചിട്ടിരിക്കുന്ന ഈ ജനാലയുണ്ടല്ലോ, ഇത് തുറന്നാൽ കാണുന്ന ഹൗസിംഗ് കോളനിയിലെ വീടുകളിലൊന്നിലാണ് എന്റെ താമസം.

ഹിരണ്യൻ : ഇത്ര അടുത്തോ?

രതീശൻ : അതെ, അത്ര അടുത്ത് വാസ്തവത്തിൽ രണ്ടു ചരിത്രസന്ധികളുടെ ഇടയിലാണ് സാറിന്റെ താമസം 'റെഡ് സ്ലം' എന്നു വിളിക്കപ്പെടുന്ന ചേരിപ്രദേശത്തിനും 'ഗൗരി അപ്പാർട്ട്മെന്റ്സ്' എന്ന ഹൗസിംഗ് കോളനിക്കുമിടയിൽ. പക്ഷേ സാറെന്നും ഇടത്തോട്ടുമാത്രം നോക്കി. ചേരിയിലെ ജീവിതങ്ങളിലേക്ക് വലത്തോട്ടുള്ള ഈ ജാലകം സാറെന്നും അടച്ചിട്ടു; അല്ലേ?

ഹിരണ്യൻ : (*ഉള്ളിൽ തട്ടി*) ശരിയാണ്. ഇത്ര അടുത്ത് അങ്ങനെയൊരു ലോകമുണ്ടെന്ന് ഞാൻ ആലോചിച്ചതേയില്ല.

രതീശൻ : അതേപ്പറ്റി പറയാനാണ് ഞാൻ വന്നത്. (ഹിരണ്യന്

സമീപത്തേക്ക് അല്പം കൂടി നീങ്ങി നിന്ന്) സാറിനതിന്റെ ആവശ്യമുണ്ടെന്ന് എനിക്കറിയാം... എത്ര കാലമെന്ന് വച്ചാ സാറീ ചേരിയിലെ ജീവിതം കൊണ്ടു കളിക്കുക!

ഹിരണ്യൻ അത്ഭുതത്തോടെ രതീശനെ നോക്കുന്നു.

ഹിരണ്യൻ : നിങ്ങൾ, ഇതൊക്കെ...?

രതീശൻ : സാറിന്റെ നാടകങ്ങൾ കണ്ടും വായിച്ചും വളർന്നവനാണ് ഞാൻ. പക്ഷേ, ചേരിയിലെ മനുഷ്യർ, താങ്കൾക്ക് വെറും കഥാപാത്രങ്ങൾ മാത്രമായിപ്പോയി. അവരുടെ തൊലിപ്പുറമുള്ള അഴുക്കുകൾക്കപ്പുറം, അവരുടെ മനുഷ്യത്വത്തിന്റെ ആഴങ്ങൾ, അതിന്റെ തനിമയിൽ കാണാൻ സാറിന് കഴിഞ്ഞില്ല. ഇനിയൊരു ചുവടുമാറ്റം സാറിനത്യാവശ്യമാണ്.

ഹിരണ്യൻ : എനിക്കും അത് ബോധ്യപ്പെട്ടുവരികയായിരുന്നു. ലോകം മാറിക്കൊണ്ടിരിക്കുന്നതു കൊണ്ടുതന്നെ കലയും മാറ്റത്തിന് വിധേയമാവേണ്ടതാണ് എന്ന കാര്യം ഞാനാർത്തില്ല. ഒരു മാറ്റം എന്റെ നാടകങ്ങൾക്കും ഉണ്ടാവാതെ വയ്യ.

രതീശൻ : സാറീ ജാലകം തുറന്നാൽ മാത്രം മതി. ഗൗരി അപ്പാർട്ടുമെന്റ്സ് ഇടത്തരക്കാരുടെ കോളനിയാണ് എന്നാണ് വയ്പ്. എന്നാൽ ഞങ്ങളാരും ഇടത്തരക്കാരല്ല. ഒന്നാം കിടക്കാരാവാൻ വേണ്ടി വെകിളി പിടിച്ചു പായുന്ന ഒരു കൂട്ടം ഉപരിവർഗ്ഗജീവികൾ! അവരാണ് ഇന്ന് എന്റെയും സാറിന്റെയും ജീവിതം നിർണ്ണയിക്കുന്നത്.

ഹിരണ്യൻ : പക്ഷേ, അവരുടെ ജീവിതം അടുത്തുനിന്ന് നിരീക്ഷിക്കാൻ എനിക്കവസരമുണ്ടായിട്ടില്ല.

രതീശൻ : എല്ലാം ഞാൻ പറഞ്ഞുതരാം. പക്ഷേ, ആദ്യമേ പറയട്ടെ, മുഖ്യകഥാപാത്രം ഞാനല്ല.

ഹിരണ്യൻ : പിന്നെ ആരാണ്?

രതീശൻ : (*പിടികിട്ടാത്ത ഒരു ചിരിയോടെ*) അറിയില്ല...! ഒരുപക്ഷേ, കാലമാവാം. എന്റെയും സാറിന്റെയും തലയ്ക്കുമുകളിലൂടെ മുതുകിൽ പൊള്ളുന്ന മണൽച്ചാക്കുമായി, കിതച്ചും തളർന്നും നടന്നുനീങ്ങുന്ന ഒരു കിഴവനെപ്പോലെ, കാലം! (*ഉന്മാദശബ്ദത്തിൽ*) ബോധത്തെ പൊള്ളിക്കുന്ന അതിന്റെ

ചൂട്, ഇതാ, ഈ ശരീരത്തിൽ ഞാനത് സഹിക്കുന്നുണ്ട്. ഓരോ അടിവയ്പ്പിലും ഞാനതനുഭവിക്കുന്നുണ്ട്... (*അസഹനീയമായ വേദന അനുഭവിച്ചുകൊണ്ട്*) എനിക്ക് തലയുയർത്താൻ വയ്യാ!... ഇത് എന്റെയൊരു തോന്നലാണെന്നാണ് അവർ പറയുന്നത്. ദെ കാൾ ഇറ്റ് മൈഡിലൂഷൻസ്! (*ജീൻസിന്റെ കീശയിൽ നിന്ന് ഒരു ചാരായക്കുപ്പി പുറത്തെടുത്ത് ആർത്തിയോടെ ചുണ്ടോടുചേർക്കുന്നു. പക്ഷേ, അതിൽ ഏതാനും തുള്ളികളേ അവശേഷിച്ചിട്ടുള്ളൂ. അമർഷത്തോടെ വലിച്ചെറിയുന്നു*) നാശം! (*ഹിരണ്യനോടായി*) ക്ഷമിക്കണം സാർ. എല്ലാം ഞാൻ പറയാം. അതിനുമുമ്പ് ഞാനൊന്നു പുറത്തിറങ്ങിയിട്ടുവരട്ടെ. (*ധൃതിയിൽ പുറത്തേക്കു പോകുന്നു*)

ഹിരണ്യൻ അന്തം വിട്ടു നിൽക്കുകയാണ്.

ഹിരണ്യൻ : (*വിളിച്ചു പറയുന്നു*) ഞാൻ കാത്തിരിക്കും!

രതീശൻ : (*വെളിയിൽ നിന്നു കൊണ്ട്*) ഇതാ, ഞാനെത്തിപ്പോയി.

ഹിരണ്യൻ ആലോചനയിലാണ്ടു നടക്കുന്നു.

എന്തോ ഓർമ്മവന്നതുപോലെ വലതുവശത്തെ 'ജാലകത്തിനു നേർക്ക് നടക്കുന്നു. ജാലകം വലിച്ചു തുറക്കുന്നു.' ഒരലർച്ചപോലെ ശബ്ദമുണ്ടാക്കിക്കൊണ്ട് ജാലകപ്പാളികൽ തുറക്കപ്പെടുന്നു. മുറിയിലേക്ക് ഒരു പുതിയവെളിച്ചം വന്നുവീഴുന്നു.

ജാലകത്തിന് വെളിയിലെ ശബ്ദങ്ങൾ സാവധാനം മുറിയിലേക്ക് അരിച്ചെത്തുന്നു. വിദൂരമായി കേൾക്കപ്പെടുന്ന, ഭയപ്പെടുത്തുന്ന ഒരു കൂട്ടനിലവിളി പോലെ ഒന്നാണത്.

ഹിരണ്യൻ ആ ശബ്ദത്തിന് കാതോർത്തുനിൽക്കുന്നു.

സാവധാനം മേശയ്ക്കരികിലേക്ക് നടക്കുന്നു. മേശതുറന്ന് ഒരു പുതിയ പേന പുറത്തെടുത്ത് വയ്ക്കുന്നു. ഫയൽ നിവർത്തി ആലോചനയിലാണ്ട് ഇരിക്കുന്നു.

വെളിച്ചം പൊലിയുന്നു.

ദൃശ്യം – രണ്ട്

'ഗൗരി അപ്പാർട്ട്മെന്റ്സി'ലെ രതീശന്റെ വീട്. രാത്രി.

ലളിതമായ സജ്ജീകരണങ്ങളിലൂടെ ഒരാധുനികഗൃഹത്തിന്റെ അന്തരീക്ഷം സൂചിപ്പിക്കപ്പെടണം (അതേസമയം, വളരെ അയഥാർത്ഥവും അയുക്തികവുമായ ഒരു പരിവേഷം രംഗത്തിനാകെയുണ്ട്. തുടർന്നുള്ള ദൃശ്യങ്ങളിലെല്ലാം ഈ അയഥാർത്ഥ പ്രതീതിയാണ് രംഗക്രിയയെ നിയന്ത്രിക്കുന്നത്. കഥാപാത്രങ്ങളുടെ രംഗചലനങ്ങൾ, അഭിനയം, സംഭാഷണങ്ങളുടെ ശൈലീകരണം എന്നിവയിലെല്ലാം യാഥാർത്ഥ്യത്തിൽ നിന്ന് വേറിട്ട ഒരു തലം സ്വീകരിക്കപ്പെടണം)

മേശയ്ക്കുചുറ്റുമിരുന്ന് അത്താഴം കഴിക്കുന്ന കമലമ്മയും മോഹിനിയും ഗിരിരാജും. യൗവ്വനം നഷ്ടപ്പെടാത്ത ഒരു മദ്ധ്യവയസ്കയാണ് കമലമ്മ. സ്ഥൂലിച്ച ശരീരം. മോഹിനി, ഇരുപത്തിരണ്ടു വയസ്സായ ഒരു പരിഷ്കൃതയുവതി. ഗിരിരാജ്, തടിച്ചു പൊക്കം കൂടിയ ശരീരം, സദാ ഉന്മേഷവാനായ ഒരു മദ്ധ്യവയസ്കൻ.

കമലമ്മ : (*തിന്നുന്നതിനിടയിൽ*) എനിക്കീ താറാവിറച്ചി മടുത്തു.

മോഹിനി : (*നിസ്സാരമട്ടിൽ*) എങ്കിൽ നമുക്കിനി പപ്പയെ വെട്ടിത്തിന്നാം നല്ല രുചിയുണ്ടാവും.

ഗിരിരാജ് : (*ചിരിക്കുന്നു*) അതെ, മൂപ്പെത്തിയ മനുഷ്യമാംസത്തിന്

ഇപ്പോൾ നല്ല ഡിമാന്റാ.

കമലമ്മ : ആ മാർട്ടിനെവിടെപ്പോയി? വരേണ്ട സമയം കഴിഞ്ഞല്ലോ.

ഗിരിരാജ് : അവനിങ്ങെത്തും.

കമലമ്മ : നിങ്ങളെന്തൊരു മനുഷ്യനാ! അയാൾ ഒന്നിച്ചില്ലെങ്കിൽ എനിക്ക് അത്താഴം ശരിയാവില്ലെന്നറിയില്ലേ?

ഗിരിരാജ് : കമലമ്മേ, ലക്ഷങ്ങളുടെ ബിസിനസ്സല്ലേ, ഒരു ദിവസം നടക്കുന്നത്! ഒന്നുകിൽ ഞാൻ, അല്ലെങ്കിൽ അവൻ തന്നെ വേണ്ടെ എക്കൗണ്ടുകളൊക്കെ ശരിയാക്കാൻ! സാധാരണ ഈ നേരത്ത് ഞാനല്ലേ അവിടെയിരുന്ന് എല്ലാം ചെയ്യുക. ഇന്നൊരു ദിവസം നീ ക്ഷമിക്ക്. എല്ലാം കഴിഞ്ഞ്, അവനിങ്ങ് പോരും.

മോഹിനി : (*ഓർമ്മയിൽ രസിച്ച്*) മാർട്ടിനങ്കിൾ ഈസ് വെരി നൈസ്!... മമ്മീ, ഐ റിയലി എൻവി യൂ!

കമലമ്മ : (*ശാസനാസ്വരത്തിൽ, കളിയായി*) മോഹിനീ, കുറച്ചുകാലമായി നിന്റെ ഇളക്കം തുടങ്ങിയിട്ട്! ഞാൻ മനസ്സിലാക്കുന്നില്ലെന്ന് വിചാരിക്കണ്ട! (*ഭർത്താവിനോടായി*) പറഞ്ഞില്ലെന്ന് വേണ്ട, പെണ്ണിനെ നിലയ്ക്കു നിർത്തിക്കോണം!

ഗിരിരാജ് : ഇക്കാര്യത്തിൽ ഞാനിടപെടുന്നില്ല. (*പുഞ്ചിരിച്ച്*) രണ്ടു പേരും അവരവരുടെ കഴിവുകൾക്കൊത്ത് വേണ്ടത് ചെയ്തോണം. എനിവേ, മാർട്ടിനെ നമുക്ക് നഷ്ടപ്പെട്ടുകൂടാ!

കമലമ്മ : മാർട്ടിൻ ബിസ്സിനസ്സിൽ നിങ്ങളുടെ പാർട്ട്ണറാണെന്നത് ശരി. എന്നുവച്ച് അയാളെ ആരുമായും പങ്കുവെയ്ക്കാൻ ഞാനില്ല; (നിർത്തി, മകളെ ചൂണ്ടി പുഞ്ചിരിയോടെ) ഈവൺ വിത്ത് ദിസ് ഷി- ഡവിൾ!

മോഹിനി : ഹോ! ഈ മമ്മീടെ ഒരു കുശുമ്പുകണ്ടോ! മാർട്ടിനങ്കിളിന്റെ കഷണിമാത്രമേ എനിക്കിഷ്ടമുള്ളൂ. പപ്പയേക്കാൾ മൂത്തുനരച്ച ഒരു കിളവനെ ആർക്കുവേണം? ബട്ട്, ഹിസ് ബാൾഡ് ഹെഡ്ഡ്! ഇറ്റീസ് ഫിലോസഫിക്കൽ! ഒരു തത്വചിന്തകനേ അതുപോലെ ഒന്ന് കാണൂ!

കമലമ്മ : നോ! എനിക്കേറ്റവുമിഷ്ടം അയാളുടെ ഗ്രുഡൻമൂക്കാണ്, (*കണ്ണടച്ച് നിർവൃതിയോടെ*) ഹോ! എന്റെ ദൈവമേ,

അതിന്റെ ഒരു സ്പർശം മതി ഭൂമിവിട്ട് ആകാശത്തിലേക്കു യരാൻ

ഗിരിരാജ് ഭക്ഷണം അവസാനിപ്പിച്ച് നാപ്കിനിൽ തുടയ്ക്കുന്നു. പിന്നാലെ അമ്മയും മകളും.

ഗിരിരാജ് : (*കമലമ്മയെ സമീപിച്ച് തോളിൽ കൈ വച്ച്*) ഈ ഗിരിരാജിന് നിന്നെക്കുറിച്ചഭിമാനം തോന്നുന്നു. നിന്നെക്കു റിച്ച്, നമ്മുടെ മകളെക്കുറിച്ച്, നമ്മുടെ കുടുംബത്തെക്കുറിച്ച്.

കമലമ്മ : (*സ്നേഹപൂർവ്വം ഭർത്താവിനെ ആശ്ലേഷിച്ചുകൊണ്ട് നെറ്റിയിൽ ചുംബിക്കുന്നു*) ഓ, മൈ സ്വീറ്റ് ഗിരീ, യു ആർ ഗ്രേറ്റ്!

മോഹിനി : (*പൊട്ടിച്ചിരിച്ചുകൊണ്ട്*) ഒരു പഴയ തമിഴ് സിനിമയിലെ ലവ്സീൻ പോലെയുണ്ട്. കട്ട്! ഇനിയും നീണ്ടാൽ എനിക്ക് ഓക്കാനം വരും(*ചിരിക്കുന്നു*)

കമലമ്മയും ഗിരിരാജും ആ ചിരിയിൽ പങ്കുചേരുന്നു.

അകത്തുനിന്നും രതീശൻ കടന്നുവരുന്നു. മുഷിഞ്ഞ വേഷം. ചപ്രത്തല മുടി. ഇരുകൈകളിലും നിവർത്തിപ്പിടിച്ച ഓരോ പുസ്തകങ്ങൾ. അയാൾ രംഗത്തുള്ള ആരെയും കണ്ടമട്ടില്ല. ഓരോ പുസ്തകത്തിൽ നിന്നുമായി മാറിമാറി വായിച്ചുകൊ ണ്ട് മുന്നരങ്ങിലേക്ക് നടക്കുന്നു. കമലമ്മയും ഭർത്താവും അല്പനേരം അവനെ നോക്കിനിൽക്കുന്നു.

കമലമ്മ : നമ്മുടെ ഒരേയൊരു ദുഃഖം.

ഗിരിരാജ് : അല്ല, ശാപം!

കമലമ്മ : (*രതീശനോടായി ഉച്ചത്തിൽ*) മോനെ, നീയിന്ന് ഗുളിക കഴിച്ചില്ലേ?

രതീശൻ അത് കേൾക്കുന്നില്ല.

മോഹിനി മുന്നരങ്ങിലേക്ക് നടക്കുന്നു. രണ്ടു പുസ്തകങ്ങൾ ഒരേ സമയം വായിക്കുന്ന സഹോദരനെ അദ്ഭുതപൂർവ്വം നോക്കി നിൽക്കുന്നു.

മോഹിനി : എന്താ ചേട്ടാ ഇത്? രണ്ടു പുസ്തകങ്ങൾ ഒന്നിച്ചാണോ വായന?

രതീശൻ : (*ഉണർന്ന്*) ങ് ഹാ!... അതെ... കോക്ക്ടെയിൽ റീഡിംഗ് എന്നു പറയാം. (*വളരെ സങ്കീർണ്ണമായ ഒരു കാര്യം പറയുന്നതുപോലെ ക്ലേശിച്ചും നിർത്തിയും*) ദാറ്റീസ്... ഒരു പുസ്തകവും വായനയെ പൂർണ്ണമായി ഉണർത്തുന്നില്ല. തൃപ്തിപ്പെടുത്തുന്നുമില്ല... അപ്പോൾ വായനക്കിടയിൽ....., ഒന്നിൽ നിന്ന് മറ്റൊന്നിലേക്ക് ചാടാതെ വയ്യ.... അതെ, നമ്മുടെ ആദിപിതാവായ വാനരനെപ്പോലെ... പൂർണ്ണരൂപത്തിലല്ലെങ്കിലും സത്യം എവിടെയൊക്കെയോ ഉണ്ട്(*പുസ്തകങ്ങൾ കാണിച്ച്*) ഇതിലുണ്ട്... ഇതിലുമുണ്ട്... ലൈക്ക് ദി ഒമിനിപൊട്ടന്റ് എൻഡ് ഓംനീഷ്യന്റ് ഗോഡ്!... പക്ഷേ, (*നിരാശയോടെ*) ഒന്നിൽ മാത്രമായി അതില്ല... ആലോചിച്ചുനോക്കൂ; ഹൗ കോംപ്ലിക്കേറ്റഡ്!

മോഹിനി : (*സഹിക്കവയ്യാതെ തലയ്ക്കു കൈവയ്ക്കുന്നു*) ശ്ശോ! വിവരക്കേടുകൊണ്ട് ചോദിച്ചുപോയതാണേ, ക്ഷമിക്കണം(*വിഷയം മാറ്റാനായി*) ചേട്ടനിന്ന് പുറത്തേക്ക് പോയില്ലേ?

രതീശൻ : ഇല്ല

മോഹിനി : (*കൊഞ്ചുന്നു*) എന്താ ചേട്ടാ, ഇങ്ങനെ സ്നേഹമില്ലാതെ? മൂന്ന് ദിവസമായില്ലേ ഞാൻ ചേട്ടനോട് പറയുന്നു!

രതീശൻ : എന്ത്?

മോഹിനി : അതും മറന്നോ! 'ഡബണേറി'ന്റെ പുതിയ ലക്കം കൊണ്ടുവരാൻ. ഞാൻ പോസുചെയ്ത സോപ്പിന്റെ പരസ്യമുണ്ടതിൽ.

രതീശൻ : സോറി, ഞാൻ മറന്നു, നാളെ വാങ്ങാം.

മുന്നരങ്ങിൽ, ഈ സംഭാഷണം നടക്കുമ്പോൾ ഡൈനിംഗ് ടേബിളിന് ഇരുപുറവുമിരുന്ന്. ഗിരിരാജും കമലമ്മയും. കൈമുട്ടുകൾ മേശമേലൂന്നി 'പഞ്ച' പിടിക്കുകയാണ്. കാണികൾക്ക് വ്യക്തമായി കേൾക്കാൻ കഴിയാത്തവിധത്തിൽ അവർ എന്തൊക്കെയോ സംസാരിക്കുകയും സ്വയം മറന്ന് ചിരിക്കുകയും ചെയ്യുന്നുണ്ട്. പഞ്ചപിടി ഒരു വലിയ സംഭവമായി ആഘോഷിക്കുകയാണവർ എന്നു തോന്നും. ജയിക്കുന്നത് കമലമ്മയാണ്. ഗിരിരാജ് തോറ്റുകൊടുക്കുകയാവാം. പക്ഷേ അതിലയാൾ രസം കണ്ടെത്തുന്നുണ്ട്.

മോഹിനി : (*പറഞ്ഞുവന്നതിന്റെ തുടർച്ചയായി*) മറക്കരുത്.

രതീശൻ : ഇല്ല (*ആലോചിച്ച നിൽക്കുന്നു*) എന്തായിരുന്നു ആ സോപ്പിന്റെ പേര്?

മോഹിനി : 'പാരബിൾ' പാരബിൾ സോപ്പ്! (സ്വയം മറന്ന്) പാലപ്പൂവിന്റെ വിശുദ്ധിയും പരിമളവുമുള്ള ഒരു ഗന്ധർവ്വ സ്പർശം! (*വാക്കുകൾക്കൊപ്പം പരസ്യത്തിലെന്നപോലെ ചലിക്കുന്നു*) എന്റെ മേനിയുടെ പൂവഴകിനെ തൊട്ടുണർത്താൻ സ്വർഗ്ഗത്തുനിന്നെത്തിയ രാജകുമാരൻ!

രതീശൻ അന്തം വിട്ട് നോക്കിനിൽക്കുന്നു. പരസ്യചിത്രത്തിന്റെ ലോകത്തുനിന്ന് അവളെ ഉണർത്താൻ, അടുത്തുചെന്ന് ചുമലിൽ സ്പർശിക്കുന്നു.

മോഹിനി : (*പുഞ്ചിരിയോടെ*) ഒരു മോഡൽ ഗേൾ എന്ന നിലയിൽ എന്റെ സാദ്ധ്യതയെപ്പറ്റി ഏട്ടന്റെ അഭിപ്രായമെന്താണ്?

രതീശൻ : (*മോഹിനിയെ ഉറ്റുനോക്കി, തലകുലുക്കിക്കൊണ്ട്. പതിഞ്ഞ ശബ്ദത്തിൽ*) വളരെ, വളരെ!

മോഹിനി : (*സങ്കല്പത്തിൽ നിന്നുണരാതെ*) 'പാരബിൾ' ഒന്ന് ക്ലിക്ക് ചെയ്താൽ ഞാൻ രക്ഷപ്പെട്ടു.

രതീശൻ : പാരബിൾ! (*ഓർക്കുന്നു*) ആ വാക്കിന്റെ അർത്ഥമെന്താണെന്ന് അറിയുമോ?

മോഹിനി : (*പരുങ്ങുന്നു*) അത്... അതൊരു പുതിയ വാക്കല്ലേ ചേട്ടാ?

രതീശൻ : (*ശബ്ദം താഴ്ത്തി, സ്വയം*) അതെ, ബൈബിളിനോളം പുതിയത് (*മോഹിനിയെ ശ്രദ്ധിക്കാതെ*) പുതിയത്... (*സ്വയം നഷ്ടപ്പെട്ട്*) പുതിയത്... പഴയത്.

(പെട്ടെന്ന് എന്തോ ഓർമ്മ വന്നതുപോലെ പുസ്തകത്തിലേക്ക് നോക്കുന്നു. പേജുകൾ മറിക്കുന്നു. കണ്ടെത്താനാവാതെ മറ്റേ പുസ്തകം മറിക്കുന്നു. നിരാശനായി രണ്ടു പുസ്തകങ്ങളും അടയ്ക്കുന്നു. ഒരു നിമിഷം കണ്ണടച്ച നിൽക്കുന്നു)

ബൈബിളിലെ ഒരു വാക്യം അയാളുടെ മനസ്സിൽ നിന്നെന്നപോലെ മുഴങ്ങുന്നു.

"നീ സത്യം വിൽക്കയല്ല, വാങ്ങുകയത്രേ വേണ്ടത്.

ജ്ഞാനവും പ്രബോധനവും വിവേകവും അങ്ങനെതന്നെ"

മുറിയിൽ ഫോൺ ശബ്ദിക്കുന്നു.

പെട്ടെന്ന് ഹിസ്റ്റീരിയ ബാധിച്ചവരെപ്പോലെ കമലമ്മയും മോഹിനിയും ഫോണിനു നേർക്കോടുന്നു. ബഹളത്തിനിടയിൽ അവർ കൂട്ടിമുട്ടുന്നു. പൊട്ടിച്ചിരിച്ചുകൊണ്ട് രണ്ടുപേരും ക്രാഡിലിൽ ചെന്ന് കൈവയ്ക്കുന്നു. ഞാൻ, ഞാൻ എന്ന വാശിയോടെ പരസ്പരം തള്ളുന്നു.

ഫോൺ ശബ്ദിച്ചുകൊണ്ടേയിരിക്കുന്നു.

കമലമ്മ : ഷുവർ. അതെനിക്കായിരിക്കും.

മോഹനി : നോ മമ്മീ, അത് രൂപേഷായിരിക്കണം. ഞങ്ങൾക്ക് നാളെയൊരു അപ്പോയിന്റ്മെന്റുണ്ട്.

കമലമ്മ : ഗോ ടു ഹെൽ! ഈ സമയത്ത് അത് മാർട്ടിനല്ലാതെ മറ്റാരുമാവില്ല. ഗിരിരാജ് ഈ കാഴ്ചകണ്ട് രസം പിടിച്ചുനിൽക്കുകയാണ്. ഭാര്യയും മകളും തമ്മിലുള്ള മത്സരം ചരിച്ച് പ്രോത്സാഹിപ്പിക്കുന്നുമുണ്ട്.

രതീശൻ അമ്മയേയും സഹോദരിയേയും താല്പര്യമില്ലാതെ ഒന്നു നോക്കി അകത്തേക്ക് പോകുന്നു.

ഫോൺ മുഴങ്ങിക്കൊണ്ടിരിക്കുകതന്നെ. ഒടുവിൽ മോഹിനിയെ ഒരുവിധം തള്ളിമാറ്റി കമലമ്മ ഫോണെടുക്കുന്നു.

കമലമ്മ : ഹലോ, യേസ്... യേസ്... ഓ.. (*താല്പര്യം നശിക്കുന്നു*) അതെ...(*ഭർത്താവിനോടായി*) ഡ്രൈവർ രമേശനാണ്. (*ഫോണിൽ*) ങ്ഹേ!... (*ചെറുതായി ഞെട്ടുന്നു.*) മൈ ഗോഡ്!.. എങ്ങനെ?... എന്നിട്ട്.... യേസ്... യേസ് (*ഫോൺ വയ്ക്കുന്നു*)

മോഹിനി : എന്താ മമ്മീ? എന്തുപറ്റി?

കമലമ്മ : നമ്മുടെ മാർട്ടിനെ ആരോ വെടിവെച്ചുവെന്ന്!

ഗിരിരാജ് : (*ഉത്കണ്ഠയോടെ*) രക്ഷപ്പെട്ടോ?

കമലമ്മ : ഇല്ല, ആശുപത്രിയിലേക്കെടുത്തു. പക്ഷേ വഴിയിൽ വച്ച്.

മോഹിനി : പാവം മാർട്ടിനങ്കിൾ! എവിടെവച്ചാ സംഭവം?

കമലമ്മ ഫോണിൽ കേട്ട വാർത്ത വിവരിക്കാൻ തുടങ്ങുന്നു. അവളെ തടഞ്ഞു കൊണ്ട് ഗിരിരാജ്, ഒരു ദൃക്സാക്ഷിവിവരണത്തിന്റെ

ഭാഷയിൽ നിർവ്വികാരമായി അതിവേഗം പറഞ്ഞുതുടങ്ങുന്നു.

ഗിരിരാജ് : (*ക്ലോക്കിൽ നോക്കി*) ഇപ്പോൾ സമയം 10.20 കൃത്യം 9.30ന്. മാർട്ടിൻ എക്കൗണ്ടുപുസ്തകം അടച്ചുവെച്ച് ലിഫ്റ്റിറങ്ങി കാർപോർച്ചിലെത്തുന്നു. കാറവിടെ കിടപ്പുണ്ട് പക്ഷേ, രമേശന്റെ പൊടിപോലുമില്ല. അയാൾ മുറുമുറുത്തുകൊണ്ട് പിൻസീറ്റിൽ കയറിയിരിക്കുന്നു. 9.40ന് രമേശൻ ഓടിക്കിതച്ചെത്തുന്നു. കൃത്യനിഷ്ഠയില്ലാത്തതിന്റെ പേരിൽ മാർട്ടിൻ അവനെ ശകാരിക്കുന്നു. കാർവിടുന്നു. സ്റ്റാച്യൂ ജംഗ്ഷൻ കഴിഞ്ഞ് രണ്ടും ഗേറ്റിലെത്തുമ്പോൾ 9.55 ന്റെ ദാദറിനുവേണ്ടി ഗേറ്റ് പൂട്ടിയിരിക്കുന്നു. മാർട്ടിൻ അമർഷത്തോടെ രമേശനെ നോക്കി മുറുമുറുക്കുന്നു. രമേശൻ കാർ, ഇരുട്ടിൽ വശം ചേർത്ത് നിർത്തുന്നു. ഇടതുവശത്തെ പൊന്തക്കാട്ടിൽ നിന്ന് ഒരു വെടിയുണ്ട മാർട്ടിനെ ലക്ഷ്യമാക്കിവരുന്നു. (*വെടിയൊച്ച. കമലമ്മ ഭയങ്കരമായി ഞെട്ടുന്നു.*) മാർട്ടിൻ ഒരു കരച്ചിലോടെ സീറ്റിനടിയിലേക്ക് വീഴുന്നു. രമേശൻ നിലവിളിച്ചുകൊണ്ട് ചാടിയിറങ്ങുന്നു. പിടയുന്ന മാർട്ടിനെ വലിച്ചെടുത്ത് പിൻസീറ്റിൽ നേരെയിരുത്തി ഡോറടച്ച് മുൻസീറ്റിലേക്ക് ചാടിക്കയറും മുമ്പ്, അതാ വരുന്നു പൊന്തക്കാട്ടിൽ നിന്ന് മറ്റൊരു വെടിയുണ്ട കൂടി. ഒരുറപ്പിന് വേണ്ടി മാത്രം! പിന്നെ ആശുപത്രി, ഡോക്ടർ, ഓപ്പറേഷൻ തീയ്യേറ്റർ, തുരുതുരെ ഫോൺ കോളുകൾ.. (*കൈമലർത്തി*) വെറുതെ! (*വ്യത്യസ്തസ്വരത്തിൽ*) നീയാ കോട്ടിങ്ങോട്ടെടുക്ക്. ഡെഡ് ബോഡി വീട്ടിലെത്തുമ്പോഴേക്കും എനിക്കും അവിടെയെത്തണം... മാർട്ടിന്റെ ഭാര്യക്കും കുട്ടികൾക്കും ഇനി നമ്മളല്ലാതെ മറ്റാരാണുള്ളത്

കമലമ്മ : (*കള്ളച്ചിരിയോടെ*) ഹോ! മിടുക്കൻ ! (കവിളിൽ നുള്ളുന്നു) പക്ഷേ ഗിരി, ഇക്കാര്യത്തിൽ ഇത്ര ധൃതിപ്പെടേണ്ടിയിരുന്നില്ല.

ഗിരിരാജ് : നീ വിചാരിക്കുംപോലെയല്ല, കമലം! പാർട്ട്ണർഷിപ്പിന് വ്യക്തമായ രേഖകളൊന്നുമില്ല. മാർട്ടിൻ ഒരു പാവമായിരുന്നില്ലേ! ഇപ്പോഴിതു ചെയ്താൽ ഒരു ഫിഫ്റ്റി ലാക്സിന്റെ ബനിഫിറ്റുണ്ട്. പിന്നെ മിസ്റ്റർ മേനോൻ നമ്മുടെ

കമ്പനിയുമായി എങ്ങനെയും അഫിലിയേറ്റ് ചെയ്യാൻ കാത്തുനിൽക്കുകയുമാണ്. ഷെയർ ഡെപ്പോസിറ്റായി ഒരു സെവന്റി ഫൈവ് അയാളിൽ നിന്ന് നമുക്ക് വാങ്ങുകയും ചെയ്യാം. ആകെയുള്ളത് മാർട്ടിന്റെ ഭാര്യയെ കൈകാര്യം ചെയ്യുന്ന പ്രശ്നമാണ്. അവൾക്കത്ര പ്രായമൊന്നുമായിട്ടില്ല ല്ലോ കാര്യങ്ങൾ ബോധ്യപ്പെടുത്താൻ പ്രയാസമുണ്ടാവില്ല പിന്നെ, കണക്കുകൾ പറയുന്നത്, കമ്പനി നഷ്ടത്തിലോ ടുന്ന ഒരു സ്ഥാപനമാണ്. എന്നാണല്ലോ.

കമലമ്മ : (*സന്തോഷത്തോടെ*) തലയ്ക്കടിച്ച് ശ്ശോ! ഈ ബുദ്ധി എനിക്ക് കിട്ടിയിരുന്നെങ്കിൽ!

മോഹിനി : പപ്പ ഇതുതന്നെ ചെയ്യുമെന്ന് എനിക്ക് മുമ്പേ അറിയാമായിരുന്നു.

ഗിരിരാജ് : മോഹിനിയുടെ പുറത്തുതട്ടി അഭിനന്ദിച്ചുകൊണ്ട്) നിന്റെ മോൾക്കത് കിട്ടിയിട്ടുണ്ട്.

കമലമ്മ : മാർട്ടിനൊരു മകനില്ലേ; എന്താ ആ പയ്യന്റെ പേര്?

ഗിരിരാജ് : ജോസുകുട്ടി. അവനൊരു മന്തനാ. കുഴപ്പം ഉണ്ടാക്കാൻ വരുമെന്ന് തോന്നുന്നില്ല.

കമലമ്മ : എന്നാലും, ആ ഗരുഡൻ മൂക്ക്! അതുമാത്രം എനിക്ക് മറക്കാൻ വയ്യ!

എല്ലാവരും ചിരിക്കുന്നു.

വെളിച്ചം പോലിയുന്നു.

ദൃശ്യം മൂന്ന്

രതീശന്റെ വീട്. രാത്രി.

അസ്വസ്ഥനായി ഉലാത്തുകയാണ് രതീശൻ. അയാൾ ഒരു കസേരയിൽ ചെന്നിരിക്കുന്നു. കീശയിൽ നിന്ന് ഒരു കത്ത് പുറത്തെടുക്കുന്നു.

ആർദ്രമായ ഒരു സ്ത്രീ ശബ്ദത്തിൽ കത്തിലെ വരികൾ കേട്ടുതുടങ്ങുന്നു.

"പ്രിയപ്പെട്ട രതീശൻ, എനിക്ക് വീണ്ടും അതേ പറയാനുള്ളൂ. ഈ നരകത്തിൽ നിന്ന് എങ്ങോട്ടെങ്കിലും എന്നെ രക്ഷിക്കൂ. രതീശന്റെ അവസ്ഥ എനിക്കറിയാതെയല്ല. പക്ഷേ, ഇവിടെ നിന്നാൽ എനിക്ക് രതീശനെ നഷ്ടപ്പെടും. ഇനിയുമൊട്ടും വൈകിച്ചുകൂടാ. എന്നെ രക്ഷിക്കൂ"

രതീശൻ കത്തുമടക്കി പാന്റ്സിന്റെ കീശയിലിടുന്നു. വീണ്ടും അസ്വസ്ഥനായി നടക്കുന്നു. മോഹിനി ശബ്ദമുണ്ടാക്കാതെ പതുങ്ങിപ്പതുങ്ങി വരുന്നു. പിന്നിൽ വന്നുനിന്ന് ശബ്ദമുണ്ടാക്കുന്നു.

രതീശൻ : *(ഞെട്ടി)* നീയിനിയും ഉറങ്ങിയില്ലേ?

മോഹിനി : ഞാനും മമ്മിയും ഒരു വീഡിയോ ഫിലിം കണ്ടിരുന്നു.

രതീശൻ : എങ്ങനെ? എന്താ അതിന്റെ കഥ?

മോഹിനി : കഥയോ? അതൊരു ബ്ലൂ ഫിലിമായിരുന്നു. അരക്കാശിനു

കൊള്ളില്ല. ഉറക്കം കളഞ്ഞത് മിച്ചം!

രതീശൻ അസ്വസ്ഥനാവുന്നു. മോഹിനിയെത്തന്നെ സൂക്ഷിച്ചു നോക്കുന്നു.

മോഹിനി : ഇന്നത്തെ തപ്പാലിൽ ചേട്ടനൊരു കത്തുണ്ടായിരുന്നല്ലോ. ആരുടെയാ?

രതീശൻ കേൾക്കുന്നില്ല.

മോഹിനി : പറയ് ചേട്ടാ, ആരുടെയാ? മേരീടെയാ?

രതീശൻ : (*ഞെട്ടിയുണർന്ന്*) ആര്?

മോഹിനി : മേരിക്കുട്ടി. ചേട്ടന്റെ മേരി? കഴിഞ്ഞാഴ്ച വന്ന കത്ത് ഞാൻ വായിച്ചിരുന്നു. എന്ത് രസാ! ഇക്കാലത്ത് ഇങ്ങനേം പെൺകുട്ടികൾക്ക് പ്രേമിക്കാൻ കഴിയോ(അടുത്തേക്ക് ചെന്ന്) മേരി സുന്ദരിയാണല്ലോ? ഏതായാലും ചേട്ടനൊരു ഭാര്യവാനാ!

രതീശൻ : (*ശബ്ദം താഴ്ത്തി, സ്വയമെന്നപോലെ*) അതെ, മഹാഭാഗ്യവാൻ!

മോഹിനി : ചേട്ടനവളെ ഇങ്ങോട്ടു കൂട്ടിക്കൊണ്ടു വന്നൂടെ?

രതീശന്റെ ഉള്ളിൽ ഒരു തിരമാലയുയരുന്നു. അയാൾ ആകെ ഉത്തേജിതനാകുന്നു. മോഹിനി തമാശ പറയുകയാണെന്ന്. അയാൾക്ക് മനസ്സിലാവുന്നേയില്ല. സന്തോഷം കൊണ്ട് വീർപ്പുമുട്ടി നിൽപ്പണയാൾ.

രതീശൻ : നീ... ശരിക്കും പറയുന്നതാണോ ഇത്? നിനക്കതിന് സമ്മതമാണോ? (*ആവേശത്തോടെ*)... എങ്കിൽ... എങ്കിൽ.. ഹോ! (*കിതച്ച്*)... പറയ് മോഹിനീ, നീ... സത്യമായും നീ പറയുന്നത്?.... അവളിവിടെ വന്നാൽ... (*വാക്കുകൾ കിട്ടാതെ വിഷമിച്ച്*) നീ... നീ അവളെ സ്വീകരിക്കുമോ? (*മോഹിനിയെ ഇരുതോളിലും പിടിച്ചുനിർത്തി യാചനാ ഭാവത്തിൽ നോക്കുന്നു*)

മോഹിനി രതീശിനെ പിടിച്ചുതള്ളുന്നു. ലോകത്തിലെ ഏറ്റവും വലിയ ഫലിതം കേട്ടതുപോലെ പൊട്ടിച്ചിരിക്കുന്നു. ചിരിച്ചുകുഴഞ്ഞ് ആടിയാടി അവൾ വേദിയെ വലം വയ്ക്കുന്നു. ചരിച്ചുകൊണ്ടുതന്നെ അകത്തേക്ക് പോയി കയ്യിൽ ഒരു

മരുന്നുകുപ്പിയുമായി വരുന്നു. രതീശൻ സ്വപ്നലോകത്തുനിന്ന് ഉണരാതെ നില്പാണ്. പെട്ടെന്ന് ചിരിനിർത്തി മരുന്നുകുപ്പി അവന്റെ കൺമുന്നിലേക്ക് ഉയർത്തിപ്പിടിക്കുന്നു.

മോഹിനി : ഇതാ. ഇതിലൊരെണ്ണം കഴിക്ക്, സമയത്തിന് ഗുളിക കഴിക്കണമെന്ന് പറഞ്ഞാൽ ചേട്ടൻ കൂട്ടാക്കില്ല. അതാ ഈ കുഴപ്പമത്രയും.

രതീശൻ : എനിക്കൊരു കുഴപ്പവുമില്ല.

മോഹിനി വീണ്ടും പൊട്ടിച്ചിരിക്കുന്നു. അവളുടെ നിർത്താതെയുള്ള ചിരി രതീശനെ അങ്കലാപ്പിലാക്കുന്നു. അതിന്റെ അർത്ഥം പിടികിട്ടാതെ അയാൾ തുറിച്ചുനോക്കി നിൽക്കുന്നു.

മോഹിനി : (*പെട്ടെന്ന് ചിരി നിർത്തി*) നഗരത്തിലെ ഏറ്റവും വലിയ ബിസ്സിനസ്സ് മാഗ്നറ്റായ ഗിരിരാജിന്റെ ഒരേയൊരു മകൻ. ചേരിയിൽ താമസിക്കുന്ന കൈവണ്ടിക്കാരൻ ലാസറിന്റെ മകൾ മേരിയെ പ്രേമിക്കുന്നു! പറ്റിയ അനേകം സന്ദർഭങ്ങളുണ്ടായിട്ടും അവളുടെ ശരീരത്തിൽ സ്പർശിക്കാതെ ആത്മാവിനെ ആരാധിച്ചു നടക്കുന്നു. പഴംകഥയിലെ ഭീരുവായ കാല്പനികനായകനെപ്പോലെ കാമുകിയോടുള്ള സ്നേഹം ചാരായത്തിൽ മുക്കിക്കൊല്ലുന്നു. അതും പോരാഞ്ഞിട്ട് ഗൗരി അപ്പാർട്ട്മെന്റ്സിലെ മാളികവീട്ടിലേക്ക് അവൾ മണവാട്ടിയായി വന്നെത്തുന്ന മുഹൂർത്തം സ്വപ്നം കാണുന്നു. (*കനപ്പിച്ച്*) ഉം, കഴിക്ക് ഗുളിക! ഇത് രോഗമല്ലെങ്കിൽ പിന്നെ മറ്റെന്താണ്?

രോഷവും നിസ്സഹായതയും കടിച്ചമർത്തി നിസ്സഹായനായി നില്ക്കുന്ന രതീശൻ ഒടുവിൽ, കീഴടങ്ങിയ ഭാവത്തിൽ അയാൾ ഗുളികയ്ക്ക് കൈ നീട്ടുന്നു. മോഹിനി കുപ്പി തുറന്ന് ഒരു ചെറിയ ഗുളികയെടുത്ത് രതീശന്റെ കയ്യിൽ വയ്ക്കുന്നു. രതീശൻ അല്പനേരം ഗുളികയിലേക്ക് നോക്കി നിൽക്കുന്നു. പെട്ടെന്ന് അത് വിഴുങ്ങുന്നു.

രതീശൻ : (*പതിഞ്ഞ സ്വരത്തിൽ*) സ്നേഹം ഒരു രോഗമാണോ, മോഹിനീ?

മോഹിനി : അതെ, ഡോക്ടർ പറഞ്ഞതോർമ്മയില്ലേ? ഇതത്രയും ചേട്ടന്റെ ഡില്യൂഷൻസ് ആണ്. ചേട്ടൻ റിയാലിറ്റിയെ

നേരിടുന്നില്ല. പപ്പയും മമ്മിയും ഞാനുമെല്ലാം ജീവിക്കുന്ന ലോകത്തിലേക്ക് ചേട്ടൻ ഇറങ്ങിവരുന്നതേയില്ല. (*രതീശനെ നോക്കി വേദനയോടെ*) ചേട്ടൻ എന്നാണ് ഇതൊക്കെ മനസ്സിലാക്കാൻ തുടങ്ങുക? (*ആശ്വസിപ്പിക്കുന്ന സ്വരത്തിൽ*) ഭയപ്പെടാനൊന്നുമില്ല. മരുന്നുകൊണ്ട് മാറ്റാവുന്നതേയുള്ളൂ.. നേരം ഒരുപാടായി. ചേട്ടൻ പോയി കിടന്നോളൂ.

മോഹിനി സാവധാനം നടന്ന് പോകുന്നു.

രതീശൻ രംഗമദ്ധ്യത്തിൽ അകലേക്ക് നോക്കി നിൽക്കുന്നു. അയാളുടെ ഓർമ്മകളിൽ വിദൂരമായ ഒരു കുഴൽവിളി കേട്ടുതുടങ്ങുന്നു. അയാൾ ചെവിയോർക്കുന്നു.

പശ്ചാത്തലത്തിൽ, ആർദ്രമായ ഒരു സ്ത്രീശബ്ദത്തിൽ ഈ വരികൾ മുഴങ്ങുന്നു.

"അവൻ എന്നെ വീഞ്ഞുവീട്ടിലേക്ക് കൂട്ടിക്കൊണ്ടുവന്നു.

എന്റെ മീതെ അവൻ പിടിച്ചിരുന്ന കൊടി സ്നേഹമായിരുന്നു"

വെളിച്ചം പൊലിയുന്നു.

വെളിച്ചം വീണ്ടും തെളിയുമ്പോൾ കൊമ്പും കുഴലും മേളവുമായി രാജകീയപ്രൗഢിയുള്ള ഒരു വിവാഹഘോഷയാത്ര രംഗവേദിയിലൂടെ കടന്നുപോവുകയാണ്. രതീശനാണ് വരൻ. പക്ഷേ, അവൻ മുഷിഞ്ഞുനാറിയ ഒരു വേഷത്തിലാണ്. കഴുത്തിൽ ഒരു ചെരിപ്പുമാല ധരിപ്പിച്ചിട്ടുണ്ട്. അപമാനത്തോടെ തലകുനിച്ചാണ് നടപ്പ്. ഘോഷയാത്രയിലെ മറ്റെല്ലാവരും നല്ല ഉത്സാഹത്തിലും മോടിയിലുമാണ്. ഘോഷയാത്ര രംഗവേദിയെ ഒരു തവണ വലം വച്ച് രംഗമദ്ധ്യത്തിൽ വന്ന് നിശ്ചലമാകുന്നു.

ഇപ്പോൾ രംഗവേദി ഒരു വിവാഹമണ്ഡപമാണ്.

പുരോഹിതനും പരികർമ്മിയും ചേർന്ന് വരന്റെ ഇരിപ്പിടത്തിൽ രതീശനെ ഇരുത്തുന്നു. വരണമാല്യം കയ്യിൽ കൊടുത്ത് ഉയർത്തിപ്പിടിക്കാൻ ആവശ്യപ്പെടുന്നു. രതീശൻ

കണ്ണടച്ച് ഇടതുവശത്തേക്ക് ചരിഞ്ഞ് ഉയർത്തിപ്പിടിച്ച് മാലയുമായി കാത്തിരിക്കുന്നു.

രണ്ടുപേർ നടന്നുചെന്ന് പിന്നരങ്ങിൽ നിന്നും 'വധു'വിനെ ആനയിക്കുന്നു. അരയാൾ പൊക്കമുള്ള ഒരു വലിയ പളുങ്കുകുപ്പിയാണ് 'വധു' കുപ്പിയുടെ കഴുത്തറ്റം മൂടി നിൽക്കുന്ന അസാധാരണ വലുപ്പമുള്ള വെളുത്ത ഗുളികകൾ. ഒരു സ്ത്രീയെ എന്ന പോലെ ഇരുവശങ്ങളിലുമായി പിടിച്ച് 'വധു' ആനയിക്കപ്പെടുന്നു. വാദ്യഘോഷങ്ങൾ മുറുകുന്നു. കൊട്ടും കുരവയും ആർപ്പുവിളിയും പുരോഹിതന്റെ മന്ത്രോച്ചാരണങ്ങൾ 'വധു' രതീശന്റെ ഇടതുവശത്തായി പ്രതിഷ്ഠിക്കപ്പെടുന്നു. പുരോഹിതൻ രതീശന്റെ കൈ പിടിച്ച് വധുവിനെ മാലയിടുവിക്കുന്നു. വലിയ ആരവത്തോടെ വായ്ക്കുരവ ഉയർന്നുപൊങ്ങുന്നു.

രതീശൻ കണ്ണുകൾ തുറക്കുന്നു. ഹൃദയഭേദകമായ ഒരു നിലവിളിയോടെ പിന്നിലേക്ക് മറിയുന്നു.

വെളിച്ചം പൊലിയുന്നു.

വെളിച്ചം തെളിയുമ്പോൾ രംഗമദ്ധ്യത്തിൽ മലർന്നടിച്ചു കിടക്കുന്ന രതീശൻ മാത്രം.

കരച്ചിൽ കേട്ട് ആദ്യം മോഹിനിയും പിന്നാലെ കമലമ്മയും ഗിരിരാജും കടന്നുവരുന്നു. രതീശന് ചുറ്റും അവർ നിമിഷനേരം നിശ്ശബ്ദരായി നിൽക്കുന്നു. പരസ്പരം നോക്കുന്നു.

ഗിരിരാജ് : ഇതിങ്ങനെ വിട്ടാൽ പറ്റില്ല. എന്തെങ്കിലും ചെയ്തേ പറ്റൂ.

മോഹിനി : ചെയ്യാനൊന്നുമില്ല. സമയത്തിന് മരുന്ന് കഴിപ്പിക്കാൻ പറ്റിയാൽ മതി. പക്ഷേ, അനുസരിക്കേണ്ടേ? പകൽ മുഴുവൻ തെരുവിലലഞ്ഞു നടക്കും. രാത്രി ഇതുപോലെ ഓരോ പരാക്രമങ്ങളും.

കമലമ്മ : മോളെ, ഇപ്പൊത്തന്നെ ഡോക്ടറെ ഫോൺ ചെയ്ത് അപ്പോയിന്റ്മെന്റ് ഫിക്സ് ചെയ്തോളൂ.

ഗിരിരാജ് : നീ തന്നെ കൂട്ടിപ്പോണം നാളെ എനിക്ക്

സൗകര്യമുണ്ടാവില്ല.

കമലമ്മ : നോ ഗിരീ, നാളെ പകൽമുഴുവൻ ഞാൻ എൻഗേജ്ഡ് ആയിരിക്കും. ഞങ്ങളുടെ ഡോഗ്ഷോവാണ്. മിനിസ്റ്റർ വരുമ്പോൾ എന്നെ കണ്ടില്ലെങ്കിൽ ചോദിക്കും. മോഹിനീ, നീ വേണം, ചേട്ടനെയും കൂട്ടി ഒരാൾ കൂടെ വേണമെന്ന ല്ലേയുള്ളൂ.

മോഹിനി വലിയ താല്പര്യമില്ലെങ്കിലും പോകാമെന്ന് തലയാട്ടി സമ്മതിക്കുന്നു. കമലമ്മ കുനിഞ്ഞിരുന്ന് പ്രയാസപ്പെട്ട് രതീശനെ പൊക്കുന്നു. ജീവസ്സറ്റതുപോലെ അയാളുടെ ശരീരം ഒടിഞ്ഞു തൂങ്ങുന്നു. ഗിരിരാജും മോഹിനിയും താങ്ങുന്നു.

രതീശൻ സാവധാനം കണ്ണുകൾ തുറന്ന് ചുറ്റും നോക്കുന്നു.

ഒരു കുട്ടിയെപ്പോലെ വിതുമ്പുന്നു.

അലറി വിളിച്ചുപാഞ്ഞുപോകുന്ന ഒരു തീവണ്ടിയുടെ ശബ്ദം അവന്റെ ബോധത്തിൽ നിറയുന്നു.

വെളിച്ചം പൊലിയുന്നു.

ദൃശ്യം – നാല്

രൂപേഷിന്റെ ഉടമസ്ഥതയിലുള്ള പരസ്യസ്ഥാപനത്തിന്റെ ഓഫീസ് മുറി.

പകൽ.

'PHOENIX ADVERTISERS' (ഫീനിക്സ് അഡ്വർടൈസേഴ്സ്) എന്ന ബോർഡ് ചുവരിൽ തറപ്പിച്ചിട്ടുണ്ട്.

പിന്നരങ്ങിൽ ഒരു മേശയും മൂന്ന് നാല് കസേരകളും മാത്രം.

ഒരു വീഡിയോ പരസ്യചിത്രത്തിന്റെ ഷൂട്ടിംഗ് നടക്കുകയാണവിടെ. രംഗമദ്ധ്യത്തിൽ ബഹുവർണ്ണങ്ങളിലുള്ള ഒരു കട്ടിത്തിരശ്ശീല പിടിച്ചുകൊണ്ടു രണ്ടുപേർ. തിരശ്ശീല പിടിക്കുന്നവർ കാണികൾക്ക് പുറം തിരിഞ്ഞുനില്പാണ്. തിരശ്ശീലയിൽ ആധുനികമായ ഒരു കുളിമുറിയുടെ ചിത്രം. ചുവരും അകത്തേക്ക് കടക്കാനുള്ള വാതിലും വരച്ചു വച്ചിരിക്കുന്നു. ചുവരിന്റെ സ്ഥാനത്ത് സ്നാനം ചെയ്യുന്ന ഒരു പെണ്ണിന്റെ മുക്കാലും നഗ്നമായ വർണ്ണചിത്രം. അതിന്റെ വലതുവശത്തായി വലിയ അക്ഷരങ്ങളിൽ 'ഇറോട്ടിക് സോപ്പ്' എന്ന് എഴുതിവച്ചിട്ടുണ്ട്.

അതിന് താഴെ വലിയ ഇംഗ്ലീഷ് അക്ഷരങ്ങളിൽ 'TO MAKE YOUR BATH AN EROTIC Experience' എന്ന് എഴുതിവച്ചിട്ടുണ്ട്. ഏറ്റവും താഴെയായി 'ഇറോട്ടിക്' മുദ്രയുള്ള ഒരു

സോപ്പുകട്ടയുടെ ചിത്രവും തിരശ്ശീലയ്ക്കുപിന്നിൽ, ചുമലിന് മുകളറ്റം മാത്രം കാണുന്ന വിധത്തിൽ മുടിയഴിച്ചിട്ട നിലയിൽ പിൻതിരിഞ്ഞുനില്ക്കുന്ന മോഹിനി.

രംഗപുരോഭാഗത്ത് ഒരു വീഡിയോ ക്യാമറയുമായി രൂപേഷ്.

രൂപേഷ് 'സ്റ്റാർട്ട്'' എന്നു പറയുന്നു. കൂടുതൽ ലൈറ്റുകൾ തെളിയുന്നു.

ജലധാരയുടെ ശബ്ദം

നിർവൃതിയോടെ വെള്ളത്തുള്ളികളെ ഏറ്റുവാങ്ങുന്നതായി അഭിനയിച്ചുകൊണ്ട് മോഹിനി സദസ്സിന് നേരെ തിരിയുന്നു. ചുമലിന് മുകളിലോട്ടുമാത്രമേ പ്രേക്ഷകർക്ക് ദൃശ്യമാവൂ. എങ്കിലും സമ്പൂർണ്ണനഗ്നയായ ഒരുവളുടെ ഭാവം ചലനങ്ങളിലൂടെ ഭാവങ്ങളിലൂടെ സൃഷ്ടിക്കപ്പെടുന്നു.

മോഹിനി തിരശ്ശീലയ്ക്കു മുകളിലൂടെ(കുളിമുറിയുടെ വാതിലിലൂടെ) കൈ നീട്ടുന്നു. പശ്ചാത്തലത്തിൽ എനൗൺസറുടെ ശബ്ദം: "ഏതു സോപ്പുവേണം മോഹിനിക്ക്?" പെട്ടെന്ന് അന്തരീക്ഷത്തിൽ നിന്ന് പൊട്ടിവീണതുപോലെ കൗബോയ് വേഷം ധരിച്ച ഒരു ചെറുപ്പക്കാരൻ കയ്യിൽ 'ഇറോട്ടിക്'' സോപ്പിന്റെ ഒരു കട്ടയുമായി പ്രത്യക്ഷപ്പെടുന്നു. വന്യമായ ഒരു വൈദേശികതാളത്തിൽ അവൻ തിരശ്ശീലയ്ക്കും മുന്നിൽ നൃത്തം വയ്ക്കുന്നു.

മോഹിനി ' ഹേയ്'' എന്ന കാമാതുരമായ ശബ്ദത്തിൽ വിളിക്കുന്നു. നൃത്തവും സംഗീതവും അവസാനിക്കുന്നു. ചെറുപ്പക്കാരൻ തിരിഞ്ഞു പുഞ്ചിരിച്ചുകൊണ്ട് മോഹിനിയുടെ കൈകളിലേക്ക് സോപ്പുകട്ട വച്ചു കൊടുക്കുന്നു.

മോഹിനി സാവധാനം സോപ്പ് മൂക്കിനോടു ചേർക്കുന്നു. നിർവ്യതിയിൽ അവളുടെ കണ്ണുകൾ അടയുന്നു.

മോഹനി : (*കണ്ണുകൾ തുറന്ന്*) ഹായ്! ഒടുവിൽ ഞാൻ തേടിക്കൊണ്ടിരുന്നത് എനിക്ക് കിട്ടി!... മാർവലസ്!

മോഹിനി തിരശ്ശീലയ്ക്കുവെളിയിലൂടെ കൈ നീട്ടുന്നു. ചെറുപ്പക്കാരന്റെ

കൈ പിടിക്കുന്നു. ചെറുപ്പക്കാരൻ അവളുടെ കൈ വിടുവിക്കാതെ തിരശ്ശീലയ്ക്ക് വലംവെച്ച് അകത്തേക്ക് കയറുന്നു. അവരുടെ ശരീരങ്ങൾ ഒന്നായിത്തീരുന്നതിന്റെ സൂചനയായി കെട്ടുപിണഞ്ഞ കൈകൾ തിരശ്ശീലയ്ക്കു മുകളിൽ ദൃശ്യമാവുന്നു.

ദ്രുതതാളത്തിലുള്ള സിതാർ.

രൂപേഷ് ക്യാമറയുമായി തിരശ്ശീലയ്ക്കു സമീപത്തേക്ക് നടക്കുന്നു.

കൂട്ടിപ്പിണഞ്ഞ കൈകൾ സാവധാനം തിരശ്ശീലയ്ക്കു പിന്നിലേക്ക് താഴുന്നു.

രൂപേഷ് ക്യാമറ തിരശ്ശീലയ്ക്കുമുകളിൽ ഉയർത്തിപ്പിടിച്ച് പിന്നിലേക്ക് ഫോക്കസ്സ് ചെയ്ത് ഷൂട്ടുചെയ്യുന്നു. മോഹിനിയും ചെറുപ്പക്കാരനും ഇപ്പോൾ കാണികൾക്ക് അദൃശ്യരാണ്. സിതാർ കുറെക്കൂടി സാന്ദ്രമാകുന്നു.

എനൗൺസറുടെ മുഴക്കമേറിയ ശബ്ദം

'ശരീരപൂജ ഈശ്വരപൂജയാണ്. അതിന് ഒരനുഷ്ഠാനവും മാത്രം; ഇറോട്ടിക് സോപ്പ്!'

രൂപേഷ് 'കട്ട്' എന്നു വിളിച്ചുപറയുന്നു.

എല്ലാവെളിച്ചവും പൊലിയുന്നു. നിശ്ശബ്ദത.

ഇരുട്ടിൽ 'ഗുഡ്ഡ്, ഗുഡ്ഡ്' എന്ന രൂപേഷിന്റെ അഭിനന്ദശബ്ദങ്ങളും

മോഹിനിയുടെയും ചെറുപ്പക്കാരന്റെയും പൊട്ടിച്ചിരികളും ക്രമേണ എല്ലാം ശാന്തമാകുന്നു.

വെളിച്ചം തെളിയുമ്പോൾ മോഹിനിയും രൂപേഷും സംസാരിച്ചുകൊണ്ടിരിക്കുന്നു. മോഹിനി ഒരു മിഡ്ഡിയും ഇറുകിയ ടോപ്പും ധരിച്ചിരിക്കുന്നു.

രൂപേഷ് : *(അഭിനന്ദനസ്വരത്തിൽ)* ഇത് തീർച്ചയായും മോഹിനിക്ക് ഒരു 'ബ്രെയിക്ക്' ആവും.

മോഹിനി : എനിക്കും തോന്നി. ഞാനതിന് രൂപേഷിനെയാണ്

കൺഗ്രാജ്ജുലേറ്റ് ചെയ്യേണ്ടത്.

രൂപേഷ് : (*പുഞ്ചിരിക്കുന്നു*) ഐ ഡോണ്ട് വാണ്ട് സുവർ ഡിയർ കണഗ്രാറ്റ്സ്! (*മോഹിനിയെത്തന്നെ നോക്കിയിരിക്കുന്നു*) നീ ഇന്ന് വളരെ സുന്ദരിയായിരിക്കുന്നു.

മോഹിനി : ഇന്ന്, ഈ നേരം വരെ, നിന്റെ സ്റ്റുഡിയോയിൽ മറ്റൊരു പെണ്ണും വന്നിട്ടില്ല എന്നല്ലേ അതിനർത്ഥം?

രൂപേഷ് : മിടുക്കി. സമ്മതിച്ചു. പക്ഷേ. ടു ടെൽ ഇറ്റ് ഫ്രാങ്ക്ലി, യു ആർ ഡിഫറന്റ്!

മോഹിനി : എല്ലാത്തിനും രൂപേഷ് തന്നെ വേണം, എന്നെ സഹായിക്കാൻ! (*സ്വയമെന്നപോലെ*) ഐ ഹാവ് മൈ ഓൺ എംബീഷൻസ്, ടി.വി. സീരിയൽ, സിനിമ, ഉർവ്വശി അവാർഡ്...

രൂപേഷ് : ഒന്നിനും ഞാൻ സഹായിക്കേണ്ടി വരില്ല (*പുഞ്ചിരിക്കുന്നു. ശരീരം ചൂണ്ടി*) എല്ലാത്തിനും ഇതുതന്നെ ധാരാളം.

മോഹിനി : (*കളിയായി*) യു ആർ എ ബീസ്റ്റ്! (അടിക്കാൻ കയ്യോങ്ങുന്നു)

രൂപേഷ് അവളുടെ വലതുകൈയ്യിൽ കടന്നുപിടിക്കുന്നു. എന്തോ ശ്രദ്ധയിൽ പെട്ടതുപോലെ കയ്യിലേക്കുതന്നെ നോക്കി നിൽക്കുന്നു.

മോഹിനി : വാട്ടീസിറ്റ്?

രൂപേഷ് : വലതുകൈയിലെ ഈ കാക്കപ്പുള്ളി പാരമ്പര്യമായി കിട്ടിയതാണോ?

മോഹിനി മനസ്സിലാവാതെ നോക്കുന്നു.

രൂപേഷ് : അമ്മയ്ക്കുമില്ലേ ഇതുപോലെ ഒരെണ്ണം (*കൈമുട്ടിന് മുകളിൽ തൊട്ടുകാണിച്ച്*) ദാ, ഇവിടെ?

മോഹിനി : ഉണ്ട്. ബട്ട് വാട്ട് യു മീൻ?

രൂപേഷ് : (*ശബ്ദം താഴ്ത്തി പുഞ്ചിരിയോടെ*) അമ്മ ഇന്നലെ ഇവിടെ വന്നിരുന്നു!

മോഹിനി : എന്തിന്?

രൂപേഷ് : അതൊരു ബിസ്സിനസ്സ് സീക്രട്ടാണ്.

മോഹിനി ചാടി എഴുന്നേൽക്കുന്നു. വിലപിടിച്ച എന്തോ ഒന്ന് വീണുകിട്ടിയതുപോലെ തുള്ളിയാർക്കുന്നു. രുപേഷിന്റെ മുഖം രണ്ടുകൈകളിലും കോരിയെടുത്ത് കൊഞ്ചി അവനെ പ്രലോഭിപ്പിക്കുന്നു.

മോഹിനി : മൈ സ്വീറ്റ് ബോയ്! പ്ലീസ്... എന്നോടുപറയില്ലേ?.... എന്താ കാര്യം?

രുപേഷ് : അതൊരു 'നീലയായിരുന്നു. സ്ഥൂലിച്ച ശരീരമുള്ള നാല്പതു കഴിഞ്ഞ സ്ത്രീകൾക്കാണത്രെ വിദേശങ്ങളിൽ ഇപ്പോൾ മാർക്കറ്റ്! ഓരോ കാലത്ത് ഓരോ ട്രെൻഡ്! നിർമ്മിക്കുന്നവർക്കും അഭിനയിക്കുന്നവർക്കും കൈ നിറയെ കാശ്! നേരിട്ട് എക്സ്പോർട്ട് ചെയ്യുന്ന സാധനമാ. ഇവിടെ ആരെങ്കിലും കാണുമെന്ന പേടിയും വേണ്ട.

മോഹിനി : (*ആർത്ത് രസിച്ചുകൊണ്ട്*) എനിക്കിപ്പോൾ 'യൂറീക്ക' എന്ന് വിളിച്ചുകൂവാൻ തോന്നുന്നു. ഇതേതായാലും മമ്മി പപ്പയിൽ നിന്ന് ഒളിച്ചുവയ്ക്കുന്ന ഒരു രഹസ്യമായിരിക്കും.

രുപേഷ് : അതെ, പരമരഹസ്യമായിരിക്കും എന്ന് ഞാൻ വാക്കു കൊടുത്തതാണ്.!

മോഹിനി : എത്രകാലമായെന്നോ ഇതുപോലെ ഒന്നിന് ഞാൻ കൊതിക്കുന്നത്! മമ്മിയെ ബ്ലാക്ക് മെയിൽ ചെയ്യാൻ പറ്റിയ ഒരു തുരുമ്പിന് വേണ്ടി.

രുപേഷ് : (*മനസ്സിലാവാതെ*) മോഹിനിയെപ്പോലെ സർവ്വസ്വാതന്ത്ര്യവും അനുഭവിക്കുന്ന ഒരു പെൺകുട്ടിക്ക് ബ്ലാക്ക്മെയിൽ ചെയ്യേണ്ട ആവശ്യം?

മോഹിനി : ഉണ്ട്. ഒന്നാമതായി പണം. പണം എത്ര കിട്ടിയാലും എനിക്ക് മതിയാവില്ല. എന്റെ പേഴ്സണൽ ചെലവുകൾ തന്നെ മാസം എട്ടായിരത്തിലധികം വരും.

രുപേഷ് : റിയലി?

മോഹിനി : പിന്നെ, മദ്യം, രണ്ടു പെഗ്ഗിലധികം മമ്മി എനിക്ക് തരില്ല. ആഫ്റ്ററോൾ, ആരുടെ മേലായാലും ഇക്കാലത്ത് *ഒരു പിടിവള്ളി നല്ലതാ (ചിരിച്ച് രുപേഷിനെ നോക്കി)* അല്ലേ?

രൂപേഷ് : (*പൊട്ടിച്ചിരിക്കുന്നു*) ഭയങ്കരീ!

മോഹിനി : (ആലോചിച്ച്) പക്ഷേ, മമ്മിയുടെ കാര്യത്തിൽ എനിക്ക് മനസ്സിലാവാത്ത ഒന്നുണ്ട്. വെറും പണത്തിന് മാത്രമായി മമ്മി അത് ചെയ്യില്ലല്ലോ.

രൂപേഷ് : ഈ ചോദ്യം നിന്റെ മമ്മിയോട് ഞാനും ചോദിച്ചതാ. ഉത്തരം ഇതായിരുന്നു. ഒരു ത്രിൽ. ഏകാന്തതയിൽ നിന്നുള്ള മോചനം (*പൊട്ടിച്ചിരിക്കുന്നു*)

കോളിംഗ് ബെൽ ശബ്ദിക്കുന്നു.

രൂപേഷ് പോയി വാതിൽ തുറക്കുന്നു. വിയർത്ത് കുളിച്ച് മുഷിഞ്ഞു നാറിയ വേഷത്തിൽ രതീശൻ പ്രവേശിക്കുന്നു. മോഹിനിയെ കണ്ട് പിൻമടങ്ങാൻ നോക്കുന്നു. രൂപേഷ് 'കമേൺ രതീശൻ' എന്നു പറഞ്ഞ് ഒരിരിപ്പിടത്തിലേക്ക് ആനയിക്കുന്നു. രതീശൻ ഇരിക്കാൻ മടിച്ചുനിൽക്കുന്നു.

മോഹിനി : (*കനപ്പിച്ച്*) ചേട്ടനെന്താ ഇവിടെ?

രതീശൻ : (*ജാള്യതയോടെ*) ഞാൻ... രൂപേഷിനെ... ഒന്ന് കാണാൻ!

മോഹിനി : വീഡിയോഫിലിമിൽ അഭിനയിക്കാമെന്നോ മറ്റോ മോഹമുണ്ടോ? പഴയ ആർട്ട് പടത്തിന് പറ്റിയ മോഡലാ. കസറും!

രതീശൻ അസ്വസ്ഥനാവുന്നു.

രൂപേഷ് : (*ശാസനാസ്വരത്തിൽ*) എന്താ മോഹിനീ! ഇത്? ഞങ്ങൾ പഴയ ക്ലാസ് മേറ്റ്സ് അല്ലേ? വല്ലപ്പോഴും തമ്മിലൊന്ന് കാണുകയും പരിചയം പുതുക്കുകയും ഒക്കെ വേണ്ടേ? മോഹിനിക്കറിയുമോ, പഠിക്കുന്ന കാലത്ത് ഞങ്ങളുടെയൊക്കെ ഹീറോ ആയിരുന്നു രതീഷ്!

മോഹിനി : (*എഴുന്നേൽക്കുന്നു*) എന്നാൽ നിങ്ങളിവിടെ പഴയ കഥയും പറഞ്ഞിരുന്നോ. എനിക്ക് തിരക്കുണ്ട്. ഞാൻ പോകുന്നു. രൂപേഷ്, സീയു റ്റുമാറോ! (ധൃതിയിൽ നടന്ന് വെളിയിലേക്ക് പോകുന്നു)

രതീശൻ ശൂന്യമായ ഭാവത്തിൽ അതേ നില്പാണ്.

രൂപേഷ്, ഇരിക്ക്, രതീശൻ.

രതീശൻ നിൽക്കുക തന്നെ.

രൂപേഷ് : എന്തുപറ്റി രതീശാ. നിനക്ക്.

രതീശൻ ശൂന്യമായ കണ്ണുകളോടെ നിഷേധാർത്ഥത്തിൽ തലയാട്ടുന്നു.

രൂപേഷ് : ഈയിടെ നിന്നെയിങ്ങോട്ട് കാണാറേയില്ല. ഞാനെന്നും മോഹിനിയോട് നിന്റെ കാര്യം തിരക്കും. ഇന്ന് ഞാൻ അവളെ വച്ച് ഒരു പരസ്യചിത്രം ചെയ്തിട്ടുണ്ട്. അതൊരു ഗംഭീരസംഭവമാവാൻ സാദ്ധ്യതയുണ്ട്.(രതീശന്റെ മൗനം ശ്രദ്ധിച്ച്) നീ എന്തെങ്കിലും പറയ് രതീശാ!

രതീശൻ : (*പണിപ്പെട്ട്*) എനിക്ക്..(*തലകുനിച്ച് നിൽക്കുന്നു*)

രൂപേഷ് : യെസ്, ധൈര്യമായി പറഞ്ഞോളൂ!

രതീശൻ : (*ശബ്ദം താഴ്ത്തി*) എനിക്കൊരു... പത്തുരൂപാ തരണം.

രൂപേഷിന് അതൊരദ്ഭുതമാവുന്നു. രതീശന്റെ അടുത്തേക്ക് ചെന്ന് ചുമലിൽ കൈ വയ്ക്കുന്നു. മദ്യത്തിന്റെ മണമേറ്റ് കൈ പിൻവലിക്കുന്നു.

രൂപേഷ്: രതീശൻ ചാരായം കുടിച്ചിട്ടുണ്ട്, അല്ലേ? എന്തിനാ പണം? കുടിക്കാനാണോ? ഈ നട്ടുച്ചയ്ക്ക്; അതും പട്ടച്ചാരായം?

രൂപേഷ് കീശയിൽ നിന്ന് കുറെ നോട്ടുകളെടുത്ത് രതീശന്റെ കയ്യിൽ പിടിപ്പിക്കുന്നു. രതീശൻ അതിൽ നിന്ന് പത്തുരൂപ മാത്രമെടുത്ത് ബാക്കി നീട്ടുന്നു.

രതീശൻ : ഇതുമതി.

രുപേഷ് നിശ്ശബ്ദമായി അതു സ്വീകരിക്കുന്നു.

രതീശൻ നടക്കുന്നു. പെട്ടെന്ന് തിരിച്ചുവരുന്നു.

രതീശൻ : (*ജാള്യതയോടെ*) ഞാനിത് തിരിച്ചുതരും.

രൂപേഷ് : (*സൗമനസ്യത്തോടെ*) ഓ, അതിന്റെ ആവശ്യമൊന്നുമില്ല. (*അർത്ഥം* വച്ച്) എനിക്കും രതീശനോട് ചില കടപ്പാടൊക്കെയില്ലേ?

രതീശൻ ശരിക്കും അപമാനിതനാകുന്നു. എന്തു ചെയ്യണമെന്നറിയാതെ ഒരു നിമിഷം ആലോചിച്ചുനിൽക്കുന്നു.

രതീശൻ : ക്ഷമിക്കണം. എനിക്ക് ഈ പണം വേണ്ട!

രൂപേഷ് : *(പൊട്ടിച്ചിരിച്ച്)* നല്ല കഥ. നമ്മൾ പഴയ സുഹൃത്തുക്കളല്ലേ രതീശാ. രതീശന് എന്തും എപ്പോഴും എന്നോട് ആവശ്യപ്പെടാം. ധൈര്യമായി പോകൂ. നമുക്കിനിയും കാണാം.

രതീശൻ സാവധാനം നടന്നു തുടങ്ങുന്നു. വെളിച്ചം മങ്ങുന്നു.

രംഗമദ്ധ്യത്തിൽ നിവർത്തിപ്പിടിച്ച പത്തുരൂപാനോട്ടുമായി നിൽക്കുന്ന രതീശനിൽ മാത്രം വെളിച്ചം കേന്ദ്രീകരിക്കപ്പെടുന്നു.

അയാളുടെ കണ്ണുകൾ നനയുന്നു.

ഏതോ അപരിചിതജീവിയെ എന്ന പോലെ നോട്ടിലേക്ക് തുറിച്ചു നോക്കി നിൽക്കുന്നു. കൈകളിലിരുന്ന് അത് വിറയ്ക്കുന്നു.

ഭൂമി കുലുക്കി കടന്നുപോകുന്ന ഒരു തീവണ്ടിയുടെ നിലവിളി.

വെളിച്ചം പൊലിയുന്നു.

ദൃശ്യം അഞ്ച്

രതീശന്റെ വീട്. സന്ധ്യസമയം.

കമലമ്മയും മോഹിനിയും സംസാരിച്ചുകൊണ്ടിരിക്കുകയാണ്.

കമലമ്മ : നിന്റെ പപ്പയെ ഇന്ന് ഉച്ചയ്ക്ക് ഊണുകഴിക്കാൻ കണ്ടില്ലല്ലോ.

മോഹിനി : ഇന്ന് ഉച്ചയൂണിന് പപ്പയുണ്ടാവില്ലെന്ന് എനിക്കറിയാമായിരുന്നു.

കമലമ്മ : എന്തോ അത്യാവശ്യമുണ്ടായിരിക്കണം. അല്ലെങ്കിൽ പപ്പവരാതിരിക്കില്ല. ഹോട്ടലിലെ മീൽസൊന്നും മൂപ്പർക്കു പിടിക്കില്ല. പിന്നെ, ഉച്ചയൂണ് കഴിഞ്ഞുള്ള മയക്കം പുള്ളി ഏതായാലും മിസ്സ് ചെയ്യില്ല.

മോഹിനി : (*ചിരിച്ചുകൊണ്ട്*) പപ്പയിന്ന് ഇതുരണ്ടും മിസ്സ് ചെയ്തില്ല.

കമലമ്മ : അതെങ്ങനെ?

മോഹിനി : കമ്പനിയിലെ ആ റിസപ്ഷനിസ്റ്റ് പെണ്ണില്ലേ., കുസുമകുമാരി, സുന്ദരി. അവളിന്ന് ഉച്ചഭക്ഷണത്തിന് പപ്പയെ ക്ഷണിച്ചിട്ടുണ്ട്. ആ നേരത്ത് അവളുടെ ഭർത്താവ്. ഷേർ ബ്രോക്കർ ഭുവൻദാസ് സ്ഥലത്തുണ്ടാവില്ല.

കമലമ്മ : ഇത് നീയെങ്ങനെ അറിഞ്ഞു?

മോഹിനി : ഭുവൻ ദാസ് തന്നെ എന്നോട് പറഞ്ഞത്. പക്ഷേ, ഭാര്യയും ഭർത്താവും ചേർന്നുള്ള ഒരൊത്തുകളിയാണതെന്ന്, പാവം

പപ്പയ്ക്കറിയില്ല.

കമലമ്മ : ഈ ഷേർ ബ്രോക്കറും നീയുമായി എന്താ ബന്ധം?

മോഹിനി: (*കനപ്പിച്ച്*) അതൊന്നും മമ്മി അറിയണ്ട.

കമലമ്മ : (*ഗൗരവം ഭാവിച്ച്*) പിന്നെ ഞാനറിയാതെ?

മോഹിനി : മമ്മീടെ രഹസ്യങ്ങളെല്ലാം എന്നോടു പറയാറുണ്ടോ?

കമലമ്മ : (*പരുങ്ങുന്നു*) എനിക്കെന്ത് രഹസ്യം?

മോഹിനി : (*കുട്ടികളെപ്പോലെ കുസൃതി അഭിനയിച്ച്*) പോട്ടെ, മമ്മീ, ഈയിടെ മമ്മി ഒരുപാട് കാര്യങ്ങൾ എന്നിൽ നിന്ന് ഒളിച്ചുവയ്ക്കുന്നു, ഐ നോ എവരിതിംഗ്!

കമലമ്മ : പോടീ, എനിക്കങ്ങനെ രഹസ്യങ്ങളൊന്നുമില്ല.

മോഹിനി : (*കൈമുട്ടി ആർത്തു കൊണ്ട്*) ഉണ്ടല്ലോ. ഉണ്ടല്ലോ. ബട്ട് ഐ വോൺട് ടെൽ ഇറ്റ് നൗ, ലറ്റ് മി കീപ്പ് ഇറ്റ് ഫോർ അനദർ ഒക്കേഷൻ! (*അമ്മയ്ക്കുചുറ്റും വട്ടം കറങ്ങിക്കൊണ്ട് ഒരു റൈം ചൊല്ലുന്നതുപോലെ ഈണത്തിൽ*) ഐ വോൺട് ടെൽ ഇറ്റ് നൗ... ഐ വോൺട് ടെൽ ഇറ്റ് നൗ... ഐ വോൺട് ടെൽ...

കോളിംഗ് ബെൽ ശബ്ദിക്കുന്നു.

കമലമ്മ മോഹിനിയും സാധാരണഭാവം കൈക്കൊള്ളുന്നു.

മോഹിനി ഓടിപ്പോയി വാതിൽ തുറക്കുന്നു.

ഗിരിരാജും രാംദാസ് മേനോനും വരുന്നു. വിലകൂടിയ സിൽക്ക് ജുബ്ബയും ദോത്തിയുമാണ് രാംദാസ് മേനോന്റെ വേഷം. കിളരം കൂടിയ ശരീരം രോമാവൃതമായ കൈത്തണ്ടകൾ. തടിച്ചുകുറുകിയ വിരലുകളിൽ രണ്ടോ മൂന്നോ കട്ടിമോതിരങ്ങൾ. കഷണ്ടിത്തല.

ഗിരിരാജ് : ഇരിക്കണം മിസ്റ്റർ മേനോൻ. ബിസ്സിനസ്സിൽ നാം പാർട്ട്ണേഴ്സ് ആയിട്ട് കാലം കുറച്ചായി. പക്ഷേ, മേനോന് എന്റെ കുടുംബവുമായി പരിചയപ്പെടാനുള്ള ഒരവസരം ഞാനുണ്ടാക്കിയില്ല.

മേനോൻ : നോ, മിസ്റ്റർ ഗിരിരാജ്! ഇക്കാര്യത്തിൽ ഞാനും കുറ്റവാളി തന്നെ.

ഗിരിരാജ് : (*ഔപചാരികമായി പരിചയപ്പെടുത്തിക്കൊണ്ട്*) മീറ്റ് മിസ്റ്റർ രാംദാസ് മേനോൻ. ഇത് കമലമ്മ. മൈ സ്വീറ്റ് ബസ്റ്റ് ഹാഫ്! ഇത് മോഹിനി. ആ ബ്ലൂമിംഗ് സ്റ്റാർ ഇൻ ദ മിനി സ്ക്രീൻ!

കമലമ്മയും മോഹിനിയും വിനയപൂർവ്വം തൊഴുതുനിന്ന് പുഞ്ചിരിക്കുന്നു.

മേനോൻ : (*രണ്ടുപേരോടും ഉപചാരം ഭാവിച്ച്*) അറിയാം. അറിയാം. എന്റെ സന്ദർശനം വളരെ താമസിച്ചുപോയി എന്നു തോന്നുന്നു.

കമലമ്മ : സാറിന്റെ ഫാമിലി?

മേനോൻ : ഭാര്യ മരിച്ചിട്ട് പത്തുവർഷം കഴിഞ്ഞു. മക്കൾ, ഒരാണും ഒരു പെണ്ണും. രണ്ടുപേരും സ്റ്റേറ്റ്സിലാണ്. വെൽ മാരീഡ് ഓഫ്.. ഒരർത്ഥത്തിൽ, ഞെനൊരേകാകിയായി ജീവിക്കുന്നു. പിന്നെ; നിങ്ങളെപ്പോലുള്ളവരെ കാണുമ്പോൾ ഞാനതുമറക്കുന്നു.

ഗിരിരാജ്: കമലം മിസ്റ്റർ മേനോനെപ്പോലെ ഒരാളെ പാർട്ട്ണറായി കിട്ടിയത് നമ്മുടെ ഭാഗ്യം! അതോടെ എന്റെ തലവേദന പകുതി കുറഞ്ഞു. ഒരു സ്ഥാപനം നടത്തിക്കൊണ്ടുപോകാൻ എന്തെല്ലാം ബുദ്ധിമുട്ടുകൾ സഹിക്കണം! ഇൻകം ടാക്സ്കാരെ വെട്ടിക്കണം; ലേബർ പ്രോബ്ലംസ് മേനേജ് ചെയ്യണം. തൊഴിലാളിനേതാക്കളെ കൈകാര്യം ചെയ്യണം. രാഷ്ട്രീയക്കാർക്ക് കൈക്കൂലി കൊടുക്കണം; സംഭാവനയ്ക്ക് വരുന്നവരെ തൃപ്തിപ്പെടുത്തണം; പണിമുടക്ക് ഉണ്ടാക്കുകയും പൊളിക്കുകയും വേണം....! ഹോ.!... മിസ്റ്റർ മേനോൻ ഈസ് എ റിയൽ അസ്സറ്റ്!

കമലമ്മ : (*ചരിച്ച്*) ഗിരിക്കിവിടെ എന്നും സാറിന്റെ കാര്യം പറയാനേ നേരമുള്ളൂ. നിങ്ങൾ സംസാരിച്ചിരിക്കൂ. ഞാനിപ്പോൾ വരാം (പോകുന്നവഴി മോഹിനിയോടായി ശബ്ദം താഴ്ത്തി നിന്റെ പപ്പക്ക് ഒന്ന് ഫോൺ ചെയ്ത് പറഞ്ഞൂടായിരുന്നോ ഈ നേരത്ത് ഞാനിവിടെ എന്തുണ്ടാക്കാനാ? (പോകുന്നു)

മേനോൻ : (*മോഹിനിയോട്*) കം സ്വീറ്റ് ഗേൾ! കം!

മോഹിനി അടുത്തേക്ക് ചെല്ലുന്നു.

മേനോൻ : സിനിമയിലഭിനയിച്ചിട്ടുണ്ടോ?

ഗിരിരാജ് : ഇല്ല, അതിനുള്ള ശ്രമത്തിലാണവളിപ്പോൾ!

മേനോൻ : ഫിലിം വേൾഡിൽ എനിക്കൊരുപാട് സുഹൃത്തുക്കളുണ്ട്. എസ്പെഷ്യലി ഡയറക്ടേഴ്സ്! ഐ വിൻ ഇൻട്രൊഡ്യൂസ് യൂ ടു വൺ ഓഫ് ദം!

മോഹിനി : (*വിശ്വാസം വരാതെ*) അങ്കിൾ, യു റിയലി മീൻ ഇറ്റ്?

മേനോൻ : വൈ നോട്ട്? ഗിരിരാജിന്റെ മകൾ എന്റെ സ്വന്തം കുട്ടിയല്ലേ? (മോഹിനിയുടെ ശരീരത്തിലേക്കു നോക്കി) മോഹിനി! ആരാണ് ഇവൾക്കോ പേരിട്ടത്! ഇത്രയേറെ യോജിച്ച മറ്റൊരു പേര്, സങ്കല്പിക്കാനാവില്ല! (ചിരിക്കുന്നു)

മോഹിനിക്ക് അഭിമാനവും സംതൃപ്തിയും. ഗിരിരാജ് പുഞ്ചിരിക്കുന്നു. ഒരു ട്രേയിൽ, മദ്യവും ഗ്ലാസ്സുകളും ചെറിയ സ്നാക്കുകളട ങ്ങിയ പ്ലേറ്റുകളുമായി കമലമ്മ അകത്തുനിന്ന് വരുന്നു.

ഗിരിരാജ് : വരൂ. മിസ്റ്റർ മേനോൻ. ലറ്റ് അസ് ഹാവ് എ ലൈറ്റ് ഡ്രിങ്ക്!

ഗിരിരാജും മേനോനും ഡൈനിംഗ് ടേബിളിലേക്ക് നടക്കുന്നു. കമലമ്മ മൂന്ന് ഗ്ലാസ്സുകളിലായി മദ്യം ഒഴിക്കുന്നു. മേശയ്ക്കു ചുറ്റുമിരുന്ന്

മൂന്നുപേരും കുടിക്കുന്നു. മോഹിനി മൂന്നരങ്ങിൽ ഒരു കസേരയിലി രിക്കുകയാണ്.

മേനോൻ : മിസ് മോഹിനി ജേയിൻ ചെയ്യുന്നില്ലേ?\

കമലമ്മ : ഇല്ല സാർ, സപ്പറിന് മുമ്പ് രണ്ടു പെഗ്ഗ് റേഷൻ അവൾക്ക് നിശ്ചയിച്ചിട്ടുണ്ട്. അതിനുമുമ്പ് ഞാൻ കൊടുക്കില്ല.

ഗിരിരാജ് : (*പൊട്ടിച്ചിരിച്ചുകൊണ്ട്*) അതൊന്നുമല്ല. അമ്മച്ചിയെ വെട്ടിച്ച് അവൾ വേണ്ടത് കഴിക്കുന്നുണ്ട് എന്ന് എനിക്കറി യാം. (*മുന്നരങ്ങിലിരുന്ന് മോഹിനി അമർത്തിച്ചിരിക്കുന്നു*) ഏതായാലും അവളെ പ്രോത്സാഹിപ്പിക്കാൻ ഞാനില്ല. മദ്യപാദം അവളുടെ പ്രൊഫഷന് പറ്റിയതല്ല.

മേനോൻ : ദാറ്റീസിറ്റ്! ഇനിയുമൊരു പത്തുകൊല്ലക്കാലമെങ്കിലും ഫിഗർ കീപ്പ് അപ്പ് ചെയ്യണം.

മോഹിനി ടീപ്പോയിലിരുന്ന ഏതോ ഫിലിം ജേർണൽ

എടുത്ത് ചിത്രങ്ങൾ നോക്കിയിരിക്കുന്നു.

വെളിച്ചം മങ്ങി ക്രമേണ അയഥാർത്ഥമായ ഒരന്തരീക്ഷം വേദിയിൽ നിറയുന്നു.

ഒരു നിശ്ശബ്ദസിനിമയിലെന്നപോലെ മൂന്ന് പേരും മദ്യപിച്ചുകൊണ്ടിരിക്കുന്നു. അവർ സംഭാഷണം നടത്തുന്നുണ്ടെങ്കിലും ശബ്ദം കേൾക്കുന്നില്ല. ചേഷ്ടകൾ മാത്രം പൊലിപ്പിച്ചെടുത്ത അസംബന്ധദൃശ്യമായി ക്രമേണ രംഗം വികസിക്കുന്നു. നിശ്ശബ്ദതയെ ഭേദിക്കുന്നത് ഘടികാരത്തിന്റെ ശബ്ദവും ഇടയ്ക്കിടെ ഗ്ലാസ്സുകൾ കൂട്ടിമുട്ടുന്ന ശബ്ദവും മാത്രമാണ്.

ഇപ്പോൾ മൂന്നുപേരും മദ്യലഹരിയിലാണ്.

മേനോൻ സാവധാനം എഴുന്നേൽക്കുന്നു.

വേച്ചുവേച്ചു നടക്കാൻ തുടങ്ങുന്നു. ഗിരിരാജ് ആയാസപ്പെട്ട് വന്ന് അയാളുടെ ചുമലിൽ തൂങ്ങുന്നു. രണ്ടുപേരും കെട്ടിപ്പിടിക്കുന്നു. വീഴാൻ ഭാവിക്കുന്നു. നേർക്കുനിൽക്കാനുള്ള ശ്രമത്തിൽ വീഴുന്നു. കമലമ്മ പൊട്ടിച്ചിരിക്കുന്നു. (ശബ്ദം കേൾക്കുന്നില്ല) കമലമ്മയെ തിരിഞ്ഞു നോക്കിക്കൊണ്ട് എഴുന്നേറ്റുനിന്ന മേനോനും ഗിരിരാജും പൊട്ടിച്ചിരിക്കുന്നു (ശബ്ദമില്ല)

ആഹ്ലാദത്തിമർപ്പിൽ കമലമ്മ. ഡൈനിംഗ് ടേബിളിലേക്ക് ചാടിക്കയറുന്നു. വികൃതമായ ചുവടുകളോടെ സ്ഥൂലിച്ച ശരീരം കുലുക്കി ചുവടുകൾ വയ്ക്കുന്നു. ഗിരിരാജ് മേനോനെ പൊക്കിയെടുത്ത് മോഹിനിക്കെതിരെ. രംഗപുരോഭാഗത്ത്, ഒരു സോഫയിൽ കൊണ്ടുപോയി ഇരുത്തുന്നു. മദ്യലഹരിയിൽ തല നിവർത്താനാവാതെ മേനോൻ സോഫയിൽ കുനിപ്പിടിച്ചിരിക്കുന്നു.

പെട്ടെന്ന് അന്തരീക്ഷത്തിന് ശബ്ദം തരിച്ചുകിട്ടുന്നു.

ഇപ്പോൾ ഗിരിരാജും മേനോനും കമലമ്മയും പൊട്ടിച്ചിരിക്കുകയാണ്.

കയ്യിലെ മാസിക വലിച്ചെറിഞ്ഞ് ചാടിയെഴുന്നേറ്റ്

മോഹനിയും കാഴ്ചകണ്ട്, ചിരിയിൽ പങ്കുചേരുന്നു. ഈ കുട്ടച്ചിരി ഇടയ്ക്കിടെ ആവർത്തിച്ചുകൊണ്ട് ദൃശ്യത്തിന്റെ അവസാനത്തോളം നീളുന്നുണ്ട്.

ഗിരിരാജ് ആടിയാടിച്ചെന്ന് ഡൈനിംഗ് ടേബിളിലുള്ള കമലമ്മയെ പൊക്കാൻ ശ്രമിക്കുന്നു. കമലമ്മ കളിയായി ഒഴിഞ്ഞുമാറുന്നു. ഗിരിരാജ് ടേബിളിൽ കമിഴ്ന്നുവീഴുന്നു. ഒടുവിൽ പിടികിട്ടുന്നു. കമലമ്മയെ പൊക്കിയെടുക്കുന്നു. ഒരു ട്രോഫി പോലെ ചുമലിൽ വച്ച് കൊണ്ടുവരുന്നു. മേനോന്റെ ചുമലിന് മുകളിൽ. വലതുവശത്തായി സോഫയുടെ ചാരുപടിയിൽ ഇരുത്തുന്നു. കമലമ്മ കൈകാലുകൾ ഇട്ട ടിച്ച് സന്തോഷം പ്രകടിപ്പിക്കുന്നു. മേനോൻ വലതുകൈ ഉയർത്തി അവളെ അവളെ ആശ്ലേഷിക്കുന്നു. കമലമ്മ നിരവൃതിയോടെ അയാളുടെ വലതു തൊളിൽ തലചായ്ക്കുന്നു.

ഗിരിരാജ് പൊട്ടിച്ചിരിച്ചുകൊണ്ട് മകളെ സമീപിക്കുന്നു. മകൾ കുസൃതിക്കുട്ടിയെപ്പോലെ പിടികൊടുക്കാതെ പാഞ്ഞുനടക്കുന്നു. ഗിരിരാജ് പൊട്ടിച്ചിരിച്ചുകൊണ്ട് അവളുടെ പിന്നാലെ രണ്ടുമൂന്ന് തവണ വേദിയെ വലം വച്ചോടുന്നു. ഒടുവിൽ പിന്നരങ്ങിൽ വെച്ച് മോഹിനിയെ പിടികൂടുന്നു. പൊക്കിയെടുത്ത് ചുമലിൽ വെക്കുന്നു. ട്രോഫി പോലെ ചുമന്ന് കൊണ്ടുവന്ന്മേനോന്റെ ഇടതുവശത്തായി ഇരുത്തുന്നു. മോഹിനി ഉന്മാദത്തോടെ പുളയികുയും കൈകാലിട്ടടിക്കുകയും ചെയ്യുന്നു. ഇടതുകൈകൊണ്ട് മേനോൻ അവളെ പുണരുന്നു.

മേനോൻ ഓരോ കയ്യിൽ നിന്നും ഓരോ മോതിരമൂരി അവരെ അണിയിക്കുന്നു. ഗിരിരാജ് ഈ ദൃശ്യത്തി ന്റെ ആനന്ദം സഹിക്കാനാവാതെ, ചിരിച്ച് കുഴഞ്ഞ് സാവധാനം നിലത്തിരുന്നുപോകുന്നു.

പൊട്ടിച്ചിരി ഭീതിദമായ ഒരു തിരമാലപോലെ ഉച്ചസ്ഥായിയിലേക്ക്.

കോംളിംഗ്ബെൽ ശബ്ദിക്കുന്നു.

മേനോൻ ഒഴികെ എല്ലാവരും ചാടിയെഴുന്നേൽക്കുന്നു.

അന്തരീക്ഷം സാധാരണഗതിയിലാകുന്നു.

മോഹിനി ഇച്ഛാഭംഗത്തോടെ പോയി വാതിൽ തുറക്കുന്നു.

ജോസുകുട്ടി കടന്നു വരുന്നു.

പതിനെട്ട് പത്തൊൻപത് വയസ്സ് പ്രായം തോന്നും. വിടർന്ന കണ്ണുകളും നിഷ്കളങ്കമായ മുഖവും ദേഷ്യം വരുമ്പോൾ മുഖത്ത് ചുകപ്പ് കലരുന്ന പ്രകൃതി.

ഗിരിരാജ് അസ്വസ്ഥനാകുന്നത് വ്യക്തമായി കാണാം. പക്ഷേ അതു മറയ്ക്കുന്ന ഒരു പുഞ്ചിരി അയാൾ എടുത്തണിയുന്നു.

ഗിരിരാജ്: വരണം ജോസുകുട്ടീ. ഈ വഴിയൊക്കെ ഓർമ്മയുണ്ടോ? ഇരിക്കണം.

ജോസുകുട്ടി ഇരിക്കുന്നില്ല. അവൻ വികാരം കൊണ്ട് ചെറുതായി വിറയ്ക്കുന്നുണ്ട്.

മേനോൻ : (*ശിരസ്സുയർത്താൻ പാടുപെട്ടുകൊണ്ട്*) ആരാ?

ഗിരിരാജ് : മിസ്റ്റർ മേനോനറിയില്ലേ? ഇത് നമ്മുടെ ജോസുകുട്ടി. മരിച്ചുപോയ മാർട്ടിന്റെ മകൻ....ഹോ! ആ ഷോക്കിൽ നിന്ന് ഞാനിനിയും പൂർണ്ണമായി ഉണർന്നിട്ടില്ല.

മേനോൻ : യേസ്, മാർട്ടിൻ! അവർ ഇസ്റ്റ് ഓൾഡ് ഗൈ!

ഗിരിരാജ് : ജോസുകുട്ടി ഇരിക്കൂ. കമലമ്മേ., (ജോസുകുട്ടിയോട്) ചായയോ കാപ്പിയോ?

ജോസുകുട്ടി : (*വിഷമിച്ച്*) ഒന്നും വേണ്ട!

ഗിരിരാജ് : എങ്കിൽ ശരി, ഇരിക്കൂ! ഇരിക്കാതെ കാലുനീട്ടാൻ പറ്റില്ലല്ലോ (*ചിരിക്കുന്നു*)

ജോസുകുട്ടി, ഞാൻ ഇരിക്കാൻ വന്നതല്ല, എനിക്ക് ചിലത് സംസാരിക്കാനുണ്ട്.

ഗിരിരാജ് : ജോസുകുട്ടി വരുന്നതുകണ്ടപ്പഴേ അതു ഞാൻ ഊഹിച്ചു. സംസാരിക്കാമല്ലോ!

ജോസുകുട്ടി : (*പണിപ്പെട്ട് സംസാരിക്കുന്നത് പോലെ*) അപ്പൻ മരിച്ചത് എങ്ങനെയോ ആകട്ടെ...

ഗിരിരാജ് : (*ഇടയ്ക്കുകയറി*) അതെ, മരിച്ചു എന്നു പറഞ്ഞാൽ മതിയല്ലോ.

ജോസുകുട്ടി, അല്ലേ. കൊന്നു!

മോഹിനിയും കമലമ്മയും മൂക്കത്ത് വിരൽവച്ച് അദ്ഭുതം കൂറുന്നു.

കമലമ്മ : ഹായ്, പയ്യനാള് കൊള്ളാമല്ലോ. എന്താ നിന്റെ ഭാവം?

ഗിരിരാജ് : (*പൊട്ടിച്ചിരിച്ച്*) ഡോണ്ട് ബി സില്ലി. കാര്യം പറയൂ.

ജോസുകുട്ടി : അപ്പൻ ഇത്രയും വലിയ ഒരു സ്ഥാപനത്തിന്റെ പാർട്ട്ണറായിരുന്നിട്ടും ഞങ്ങളിന്ന് പട്ടിണി കിടക്കേണ്ട ഗതികേടിലാ. ന്യായമായ വിഹിതം ഞങ്ങൾക്ക് കിട്ടണം.

ഗിരിരാജ് പൊട്ടിച്ചിരിച്ച്കൊണ്ട് ജോസുകുട്ടിയെ സമീപിക്കുന്നു. ഒരു നിമിഷം സഹതാപത്തോടെ അവനെ നോക്കുന്നു. അവന്റെ മൂക്കിന്റെ അറ്റം വിരലുകൾ കൊണ്ടു ഞൊടുന്നു.

ഗിരിരാജ് : കൊച്ചനേ, മൂപ്പെത്താത്തതിന്റെ കുഴപ്പമാ! കച്ചവടത്തിന്റെ നിയമങ്ങൾ പഠിക്കാൻ സമയമായിട്ടില്ല. വർഷത്തിൽ മുപ്പതിനായിരം രൂപ നഷ്ടത്തിലോടുന്ന ഒരു സ്ഥാപനത്തിൽ, ആകെ നഷ്ടത്തിൽ നിന്ന് നിന്റെപ്പൻ പത്തുവർഷം മുമ്പ് എനിക്കുതന്നെ പതിനായിരവും കഴിച്ചാൽ, രണ്ടുലക്ഷത്തി എൺപതിനായിരത്തിന് നീയും നിന്റെയമ്മയും എനിക്കിന്ന് കടക്കാരാണ്. ഞാൻ നോട്ടീസയക്കാത്തത് ആ പാവം തള്ളയെ ഓർത്തിട്ടാ.

കമലമ്മ : (*കൃത്രിമമായ ദുഃഖം അഭിനയിച്ച്*) നിങ്ങളാ തേവിടിശ്ശീടെവലേ വിണേപ്പിന്നെയാ ഈ കുടുംബത്തില് സമാധാനമില്ലാതായത്.

ഗിരിരാജ് : കണ്ടോ, ഒരു സഹതാപം കാണിക്കാമെന്ന് വച്ചപ്പോ-

മേനോൻ : (*ഉണർന്ന്*) യേസ്, ദാറ്റീസിറ്റ്!

ജോസുകുട്ടി : (*രോഷം കൊണ്ട് തിളച്ച്*) ത്ഫൂ! എനിക്കറിയാം. നിങ്ങളെന്റെ അമ്മയെ പാട്ടിലാക്കി വച്ചിരിക്കുവാ! ഞാനും എന്റെ മൂന്നനിയത്തിമാരുമാ തെരുവിലിറങ്ങേണ്ടിവരിക! (*ഉറപ്പിച്ച്*) ഇല്ലാ ഒരു തീരുമാനമാവാതെ ഞാനിവിടെനിന്ന് പോവില്ല. (*കസേരയിൽ ഇരിക്കുന്നു*)

കമലമ്മ : എഴുന്നേൽക്കെടാ! സത്യാഗ്രഹമിരിക്കാൻ കണ്ട സ്ഥലം!

ഉം, എഴുന്നേൽക്കെടാ!

ഗിരിരാജ് മോഹിനിയോട് കയ്യാംഗ്യം കാട്ടുന്നു.

നിമിഷനേരത്തെ നിശ്ശബ്ദത

ഗിരിരാജ് രണ്ടുമൂന്നു ചാൽ നടക്കുന്നു. ജോസുകുട്ടിയുടെ പിന്നിൽ വന്നു നിൽക്കുന്നു. കോളറിന് പിടിച്ച് എഴുന്നേൽപ്പിച്ച് നിർത്തുന്നു. ഓമനിക്കുന്നത് പോലെ മൂക്കിൽതുമ്പിൽ വിരൽ കൊണ്ട് ഞൊട്ടുന്നു. ഒരു പ്രത്യേകതരം പുഞ്ചിരി മുഖത്ത് പടരുന്നു.

മുഖമടിച്ച് അപ്രതീക്ഷിതമായി വീണ അടിയിൽ ജോസുകുട്ടി നിലതെറ്റി പിന്നോക്കം മറിഞ്ഞ് ഡൈനിംഗ് ടേബിളിന് സമീപം പോയി വീഴുന്നു. പിടഞ്ഞെഴുന്നേൽക്കാൻ കഴിയും മുമ്പ് ഓടിയെത്തിയ ഗിരിരാജ് വലതുകാലുയർത്തി തൊഴിച്ച് അവനെ താഴെയിടുന്നു.

"അയ്യോ" എന്ന ആക്രന്ദനത്തോടെ ജോസുകുട്ടി നിശ്ചലനാവുന്നു.

ഗിരിരാജ് നോക്കി നിൽക്കുന്നു. തികഞ്ഞ സമചിത്തതയോടെ, ഒട്ടും രോഷം പുറത്തു കാട്ടാതെ

ഗിരിരാജിനെ അദ്ഭുതപ്പെടുത്തിക്കൊണ്ട് അടുത്ത നിമിഷം ജോസുകുട്ടി പിടഞ്ഞെഴുന്നേൽക്കുന്നു.

ജോസുകുട്ടി : *(കരിച്ചിലും അലർച്ചയും ചേർന്ന ശബ്ദത്തിൽ)* എന്റെ അപ്പനെ കൊന്നത് നിങ്ങളാണ് എന്റെ അമ്മയെ നിങ്ങൾ നശിപ്പിച്ചു (കരയുന്നു) ദാ, എന്നെ കൂടിയങ്ങ് കൊല്ല്!

'യൂ ബ്ലഡി ബസ്റ്റാർഡ്'' എന്നലറിക്കൊണ്ട് ഗിരിരാജ് വലതുകൈയുയർത്തി ആഞ്ഞു വീശുന്നു. ജോസുകുട്ടി മലർന്നടിച്ചുവീഴുന്നു. അവൻ ഉണരുന്നത് മുമ്പില്ലാത്ത പകയുമായാണ്. അലറിക്കൊണ്ട് അവനും മുന്നോട്ടായുന്നു. ഇപ്പോൾ കാട്ടുമൃഗങ്ങളെപ്പോലെ പൊരുതുകയാണവർ.

പുറത്തു നിന്ന് രതീശൻ പ്രവേശിക്കുന്നു. ഈ കാഴ്ച കണ്ട് നടുങ്ങുന്നു. കാര്യത്തിന്റെ ഗൗരവം തിരിച്ചറിയാൻ അവൻ അല്പനിമിഷങ്ങളെടുക്കുന്നു.

'ജോസുകുട്ടീ' എന്ന് വിളിച്ചുകൊണ്ട് അവൻ ഓടിച്ചെന്ന് അച്ഛന് ഒരു തള്ളുവെച്ചുകൊടുക്കുന്നു. ഡൈനിംഗ് ടേബിളിൽ തട്ടി വലിയ ശബ്ദത്തോടെ ഗിരിരാജ് വീഴുന്നു. മോഹിനിയും കമലമ്മയും നിലവിളിക്കുന്നു.

അച്ഛനെ ശ്രദ്ധിക്കാതെ ജോസുകുട്ടിയെ എഴുന്നേല്പിച്ചു നിർത്താനുള്ള ശ്രമത്തിലാണ് രതീശൻ. പെട്ടെന്ന് പിന്നിൽ നിന്ന് വന്ന ഗിരിരാജിന്റെ ഒരിടിയിൽ അവൻ കമഴ്ന്നടിച്ചു വീഴുന്നു. രതീശൻ എഴുന്നേറ്റുനിന്ന് അച്ഛനെ നേരിടുന്നു. വന്യമായ ഒരാക്രമണം തന്നെയാണത്. കമലമ്മയും മോഹിനിയും നിലവിളിച്ചുകൊണ്ട് ഗിരിരാജിന്റെ സഹായത്തിനെത്തുന്നു. മൂന്നുപേരും ചേർന്ന് രതീശനെ ഒരു പട്ടിയെ എന്ന പോലെ അടിക്കുകയും തൊഴിക്കുകയും ചെയ്യുന്നു.

മേനോൻ, ഇരുന്നിടത്ത് നിന്ന് എഴുന്നേൽക്കാനാവാതെ, ഒരു സ്റ്റണ്ട് സീൻ കാണുന്ന രസത്തിൽ ഗിരിരാജിനെ പ്രോത്സാഹിപ്പിക്കുന്നുണ്ട്. സർവ്വശക്തിയും സംഭരിച്ച് ഗിരിരാജിന്റെ ഒരടിയിൽ രതീശൻ മുന്നരങ്ങിൽ വന്ന് കമഴ്ന്നടിച്ചുവീഴുന്നു. വായ്ക്കുള്ളിൽ നിന്ന് ചോരയൊലിക്കുന്നുണ്ട്. സാവധാനം കണ്ണുകൾ അടയുന്നു.

വീണുകിടക്കുന്ന ജോസുകുട്ടി ഒരുവിധം എഴുന്നേൽക്കുന്നു.

'ഇനിയും വേണോ' എന്നർത്ഥമുള്ള ഒരു നോട്ടത്തോടെ ഗിരിരാജ് ജോസുകുട്ടിയുടെ നേരെ തിരിയുന്നു. ജോസുകുട്ടി ഭയത്തോടെ ഒഴിഞ്ഞുമാറി രതീശന്റെ സമീപം ചെല്ലുന്നു. ആയാസപ്പെട്ട് രതീശനെ എഴുന്നേല്പിച്ച് നിർത്തുന്നു. രതീശൻ ജോസുകുട്ടിയുടെ മുഖത്തേക്ക് നോക്കുന്നു. അസ്പഷ്ടമായി എന്തോ പറയുന്നു. ജോസുകുട്ടിയുടെ ശരീരത്തിൽ ചാഞ്ഞ് സാവധാനം വെളിയിലേക്ക് നടക്കുന്നു.

മേനോൻ വേച്ച് വേച്ച് എഴുന്നേൽക്കുന്നു.

മേനോൻ : അതാരായിരുന്നു, ആ പയ്യൻ?

ഗിരിരാജ് ഒരു നിമിഷം ഭാര്യയേയും മകളേയും നോക്കി നിശ്ശബ്ദത പാലിക്കുന്നു.

ഗിരിരാജ് : (*ശബ്ദം താഴ്ത്തി*) ഒരു മനോരോഗി. ഒരു സ്വപ്നദർശി.

മേനോൻ : (*ശബ്ദം ഉയർത്തി*) ബട്ട് യു വേർ മാർവലസ്! നിങ്ങൾ ശരിക്കും പൊരുതി. യു ഫോട്ട് വിത്ത് എ റിയൽ ബിസ്സിനസ്സ് സ്പിരിറ്റ്!... കൺഗ്രാറ്റ്സ്! (*കൈ കൊട്ടുക്കുന്നു*) വാസ്തവത്തിൽ ഇങ്ങനെയിരിക്കണം ഒരു ബിസ്സിനസ്സുകാരൻ! (*എല്ലാവരേയും നോക്കി ഇരുകൈകളും മലർത്തിവീശി*)

ആഫ്റ്ററോൾ, വി.ആർ ബിസ്സിനസ്സ് ക്ലാസ്സ്!

മേനോൻ പൊട്ടിച്ചിരിക്കുന്നു.

ഗിരിരാജും കലമ്മയും മോഹിനിയും ആ പൊട്ടിച്ചിരിയിൽ പങ്കുചേരുന്നു.

സാവധാനം ആ പൊട്ടിച്ചിരി ഒരു തിരമാല പോലെ വേദിയെ കീഴടക്കുന്നു.

ലോകം മുഴുവൻ അതു നിറയുന്നതുപോലെ. അതിന്റെ അലയൊലികൾ വേദിയിൽ നിന്ന് സദസ്സിലേക്കും സംക്രമിക്കുന്നു.

വെളിച്ചം പൊലിയുന്നു.

ദൃശ്യം ആറ്

ഹിരണ്യന്റെ എഴുത്തുമുറി രാത്രി.

ആദ്യരംഗത്തിന്റെ തുടർച്ചപോലെ അയാൾ എഴുതിക്കൊണ്ടിരിക്കുന്നു. എഴുത്തിന്റെ ക്ലേശകരമായ പ്രക്രിയ പൂർത്തിയാക്കി പേന അടച്ചുവച്ച് ദീർഘനിശ്വാസം ചെയ്യുന്നു. ഒരു സിഗരറ്റെടുത്ത് കത്തിച്ച് കസേരയിൽ നിന്ന് എഴുന്നേൽക്കുന്നു.

വേദിയിലൂടെ സാവധാനം നടക്കുന്നു.

വലതുവശത്തെ ജാലകത്തിലൂടെ പുറത്തേക്ക് നോക്കി നിൽക്കുന്നു.

മുൻരംഗത്തിന്റെ അവസാനത്തിൽ കേട്ട പൊട്ടിച്ചിരി വിദൂരമായി ഒരയൊലി പോലെ കേൾക്കുന്നു.

വെളിച്ചം കണ്ണടയ്ക്കുന്നു.

വെളിച്ചം തെളിയുമ്പോൾ കഥാപാത്രത്തിന്റേതായ അയഥാർത്ഥമായ വെളുത്ത വേഷത്തിൽ രതീശൻ പ്രത്യക്ഷപ്പെടുന്നു.

ഹിരണ്യൻ : നീ വന്നു അല്ലേ?

രതീശൻ : എനിക്ക് മറ്റെങ്ങോട്ടും പോകാനില്ലെന്ന് അറിയില്ലേ?

ഹിരണ്യൻ : നാടകം കണ്ടുവോ?

രതീശൻ : നന്നായി. താങ്കൾ ഒരുപാട് ക്ലേശിച്ചിട്ടുണ്ടാവണം.

ഹിരണ്യൻ : അതെ, എഴുത്ത് ഏറ്റവും അപമാനകരമായ ഒരു പ്രവൃത്തിയാണിന്ന്.

രതീശൻ : (*പുഞ്ചിരിയോടെ*) കോളനിയിലെ ജീവിതത്തെയും താങ്കൾ ഒരു കച്ചവടവസ്തുവായിത്തന്നെ കണ്ടു.

ഹിരണ്യൻ : (ഒരു ഏറ്റുപറച്ചിൽ പോലെ) ശരിയായിരിക്കാം. ജീവിതം കച്ചവടമാകുമ്പോൾ എഴുത്തും അങ്ങനെ ആകാതിരിക്കാൻ വയ്യ. അത് എഴുത്തുകാരന്റെ ശാപമാണ്. ദുഃഖവും (*കാരുണ്യത്തോടെ രതീശന്റെ ചുമലിൽ കൈവച്ച്*) ഇപ്പോൾ പോയ്ക്കോളൂ. നമുക്കിനിയും കാണാം.. നന്ദി..

രതീശൻ : ഒരു ചോദ്യം കൂടിയുണ്ട് (*വേദനയോടെ*) കാലത്തിന് ചേരാത്ത ഈ അസ്തിത്വവുമായി ഞാൻ എന്തിന് ബാക്കി നിൽക്കണം?

ഹിരണ്യൻ : വേണം. ഇപ്പോഴല്ലെങ്കിൽ വരും കാലത്തിനെങ്കിലും ആവശ്യമുണ്ടാവാം.... അവസാനത്തെ മനുഷ്യമാതൃകയായി ഒരാൾ... അന്ന് ഞാനോ എന്റെ നാടകങ്ങളോ ഉണ്ടാവില്ല പക്ഷേ, ഒരു മനുഷ്യനെങ്കിലും ഇവിടെയയയയ

ഹിരണ്യൻ രതീശന്റെ കൈകൾ കൂട്ടിപ്പിടിക്കുന്നു.

രതീശൻ ശാന്തനായി നിശ്ശബ്ദനായി യാത്രപറയുന്നു.

നടന്നുനീങ്ങുന്ന രതീശനെ നോക്കി നിൽക്കുന്ന ഹിരണ്യൻ

ശാന്തിയുടെ സംഗീതം.

വെളിച്ചം സാവധാനം പൊലിയുന്നു.